സ്വപ്നാടനം

Swapna Jacob

First Published in 10 January 2024

Published by

KP INTERNATIONAL PUBLICATION

Published in London

113 Oakfield Road

London E61 LN

England.

Mob-0044 7940570677,

+91 9995153455

Bio-data

കോട്ടയം സ്വദേശി. ആനുകാലികങ്ങളിലും, ഓൺലൈനുകളിലും ലേഖനങ്ങളും കഥകളും എഴുതുന്നു. മാതൃഭൂമി ബുക്സ്, 2004-ൽ നടത്തിയ നോവൽ മത്സരത്തിൽ നിന്ന് 'മരുപ്പച്ചകൾ' എന്ന നോവൽ തിരഞ്ഞെടുത്തു മാതൃഭൂമി ബുക്സ് തന്നെ പ്രസിദ്ധീകരിച്ചു. ഒരു ലേഖനസമാഹാരവും പ്രസിദ്ധീകരിച്ചിട്ടുണ്ട്. 2014-ൽ 'പ്രതിഭ കുവൈറ്റി'ന്റെ കഥാപുരസ്കാരം ലഭിച്ചു. ലിമ വേൾഡ് ലൈബ്രറിയുടെ എഡിറ്റോറിയൽ ബോർഡ് അംഗമാണ്.

2000 മുതൽ 2023 വരെ കുവൈറ്റിൽ താമസിച്ചു. 2019-'21 വരെ ഒരു ഇന്ത്യൻ സ്കൂളിലും, 2006-'16 വരെ കുവൈറ്റ് യൂണിവേഴ്സിറ്റിയിലും അഡ്മിനിസ്ട്രേറ്റീവ് സെക്രട്ടറി ആയി സേവനമനുഷ്ഠിച്ചു. 1995-'96 അമേരിക്കയിൽ നിന്ന് പ്രസിദ്ധീകരിക്കുന്ന മലയാളം വരികയായ കേരള എക്സ്പ്രസ്സ് വാരികയുടെ സബ് എഡിറ്റർ ആയിരുന്നു. ഇപ്പോൾ നാട്ടിൽ സ്ഥിരതാമസമാക്കിയിരിക്കുന്നു.

ചരിത്രത്തിൽ ബിരുദാനന്തരബിരുദവും, ബി.എഡുമാണ് വിദ്യാഭ്യാസ യോഗ്യത. കൂടാതെ ജേർണലിസത്തിലും, കമ്പ്യൂട്ടറിലും ബിരുദാനന്തര തലത്തിൽ ഡിപ്ലോമകളും നേടിയിട്ടുണ്ട്.

ഭർത്താവ്: ജേക്കബ് ജോർജ്ജ് (കുവൈറ്റ് മുൻസിപ്പാലിറ്റിയിൽ നിന്ന് വിരമിച്ചു.)

മകൻ: മിലൻ ജോർജ്ജ് (കുവൈറ്റിലെ അഡിഡാസ് കമ്പനിയിൽ എൻജിനീയർ)

E-mail - swapnajacob71@gmail.com

അവതാരിക

"സ്വപ്നാടന"ത്തിലെ കാലവൈഭവം.

കാരൂർ സോമൻ, ലണ്ടൻ

പ്രവാസി എഴുത്തുകാരിൽ മലയാളിയുടെ മനം കവരുന്ന എഴുത്തുകാരിയാണ് സ്വപ്ന ജേക്കബ്. സാഹിത്യകാരന്മാർ, കവികൾ, എഴുത്തുകാർ ഇവരൊക്കെ അധികാരസിംഹാസനങ്ങളില്ലാത്ത നവലോകത്തിനായി എഴുതുന്നവരാണ്. പാശ്ചാത്യ രാജ്യങ്ങളിൽ മരം കോച്ചുന്ന മഞ്ഞിനോടും തണുപ്പിനോടും മല്ലടിച്ചുകൊണ്ട് അവിടുത്തുകാർ സാഹിത്യസൃഷ്ടികൾ നടത്തുമ്പോൾ സ്വപ്ന കുവൈറ്റിലെ കൊടുംചൂടിൽ എ.സി.മുറിയുടെ ശീതളഛായയിലിരുന്ന് മനോഹരങ്ങളായ ലേഖനങ്ങളും, കഥകളും, നോവലുകളും എഴുതുമ്പോൾ ചാരിതാർത്ഥ്യം തോന്നാറുണ്ട്. വിത്ത് എത്ര നല്ലതായാലും അതിന് വേണ്ടുന്ന മഴയും വെയിലും കിട്ടിയില്ലെങ്കിൽ ആ ചെടി നല്ല ഫലം നൽകില്ല എന്നതുപോലെയാണ് എഴുത്തിന്റെ കലാ കാലവൈഭവം കടന്നുവരുന്നത്. ഇവിടെ സ്വപ്ന കലയെ വികസിപ്പിച്ചെടുക്കുന്നത് "സ്വപ്നാടനം" എന്ന പുസ്തകത്തിലെ ലേഖനങ്ങളിലൂടെയാണ്. മിക്ക ലേഖനങ്ങളും സംഭവ വിഭ്രാന്തസ്വപ്നാനുഭൂതികളായി കാണുന്നു.

"സ്വപ്നാടനം" എന്ന ലേഖന സമാഹാരം ശ്രദ്ധേയങ്ങളെന്ന് പറയുന്നതിന്റെ കാരണം വായിക്കുന്നവർ ശൂന്യമായ മനസ്സോടെ കടന്നുപോകില്ല. പ്രപഞ്ചത്തിന്റ, ജീവിത യാഥാർഥ്യങ്ങളുടെ നേരെയുള്ള ഒരു നേർത്ത സുഗന്ധമതിലുണ്ട്. "വീണ്ടും ഡിസംബർ എത്തുമ്പോൾ" എന്ന ലേഖനത്തിൽ "സന്മനസ്സുള്ളവർക്ക് സമാധാനം, ഡിസംബർ എത്തുമ്പോൾ പതിവിലധികം ഇലകൾ കൊഴിഞ്ഞ ശരത്കാലവും വന്ന് മഞ്ഞിൽ വിരിയുന്ന നക്ഷത്രവിളക്കുകൾ തെളിയുക ഒരാശ്വാസമാണ്. അബ്ബാസിയയിൽ ഇത്തവണയും നക്ഷത്രങ്ങൾ മിന്നുന്നുണ്ട്, അലങ്കാരങ്ങളുമുണ്ട്" മഞ്ഞിൽ കുളിരണിയുന്ന ഡിസംബർ മാസത്തെ വളരെ തനിമയോടെ അതൊരു നൊസ്റ്റാൾജിയയും പ്രതീക്ഷയുമെന്നെഴുതുമ്പോൾ അവിടെ സർഗാത്മകതയുടെ ആഴവും താളവും കടന്നു വരുന്നു.

"ദി മാസ്ക്" എന്ന ലേഖനത്തിൽ 2020 ൽ മുഖം മറച്ചു നടക്കുന്നവരുടെ ജീവിതത്തെ വളരെ തീഷ്ണഭാവത്തോടെ വെളിപ്പെടുത്തുക മാത്രമല്ല മാസ്കിന് ഇരയായി ജീവിക്കേണ്ടി വന്നവരുടെ അർത്ഥാന്തരങ്ങളിലേക്ക് കൂടി നമ്മെ കൂട്ടിക്കൊണ്ടുപോകുന്നു. "മണ്ണിലെ അന്യഗ്രഹ ജീവികളെപോലെ മുഖം മുഴുവൻ മൂടിയ മാസ്ക്ധാരികളെ കെട്ടിടത്തിലെ കുട്ടികൾ "ദി മാസ്ക്" എന്ന് വിളിച്ചു. കുവൈറ്റിൽ ആയതുകൊണ്ടാണ് ഈ പേര് വിളിച്ചതെന്ന് തോന്നുന്നു. മലയാളികൾ ദി മാസ്കിനെ മുഖംമുടികൾ എന്നേ വിളിക്കൂ. "കൊറോണ കഴിഞ്ഞതോടെ മാസ്ക് ധരിച്ചു് പലരും നാട്ടിലേക്ക് മടങ്ങി. മടങ്ങാൻ കഴിയാത്തവർ പ്രവാസം നൽകിയ മുഖംമുടികൾക്ക് മീതെ മാസ്ക് ധരിച്ചു് നടന്നുകൊണ്ടിരിക്കുന്നു". കഴിഞ്ഞ വർഷം ഇതുമായി ബന്ധമുള്ള ഒരു കഥ "കൊറോണ ദൈവം" ഞാൻ മലയാള മനോരമ വാരികയിൽ എഴുതിയിരുന്നു. കൊറോണയെ ഞാൻ കാണുന്നത് മണ്ണിലെ മനുഷ്യർ ചെയ്തുകൂട്ടുന്ന അനീതി, അസമത്വ, അത്യാചാരങ്ങൾക്കെതിരെ പ്രപഞ്ചനാഥൻ മുഖംമുടികളായി നടക്കുന്ന മനുഷ്യർക്ക് കൊടുത്ത ശിക്ഷയായിട്ടാണ്. ആരാധനാലയങ്ങൾവരെ പൂട്ടിച്ചില്ലേ?

"പ്രണയം ചൊല്ലുന്നത്" എന്ന ലേഖനത്തിൽ മനുഷ്യാത്മാവിൽ ചിറകടിച്ചു പറക്കുന്ന പ്രണയ ചാപല്യങ്ങളെ അതിന്റെ ദുർബലതയെ വിവേകത്തോടെ സ്ത്രീ അബലയല്ല അവൾ തീരുമാനങ്ങളെടുക്കാൻ കരുത്തുള്ളവൾ എന്നറിയിക്കുന്നു. "മനുഷ്യ ബന്ധങ്ങളിൽ ഏറ്റവും പ്രധാനമായി എനിക്ക് തോന്നിയത് പ്രണയമാണ്. പ്രണയം ഒരു മാർഗമല്ല. ആദ്യവും അവസാനവും അതുതന്നെ. ഫെബ്രുവരി 14 വാലെന്റയിൻ പ്രണയദിനമായി ആചരിക്കുന്നു. കാലം കടന്നു പോകെ കൂടുത;ൽ ആഡംബരങ്ങൾ പ്രണയദിനത്തിലേക്ക് കൂട്ടിച്ചേർക്കപ്പെട്ടു"

എന്റെ അഭിപ്രായം പ്രണയത്തിന്റെ പേരിൽ ആരും ജീവിതം കരഞ്ഞുതീർക്കരുത്. പ്രണയകുരുക്കിൽപ്പെടുന്നവർ സൂക്ഷിക്കുക. ഇങ്ങനെ ഓർമ്മനിലാവ്, സന്ധ്യാരാഗങ്ങൾ തുടങ്ങി വ്യത്യസ്തങ്ങളായ പ്രമേയങ്ങളെ ദാരുണമായ അന്ത്യത്തിലേക്ക് വിടാതെ സൗഹൃദഭാഷയിൽ അനിതരസാധാരണമായി മുഴങ്ങുന്ന ശബ്ദമായി അവതരിപ്പിച്ചിട്ടുണ്ട്. ഈ കൃതി പ്രസിദ്ധികരിച്ചത് ആഗോള പ്രസിദ്ധ കെ.പി.ഇന്റർനാഷണൽ പബ്ലിക്കേഷൻ (ആമസോൺ) ആണ്. ലോകത്തിന്റെ ഏത് ഭാഗത്തിരുന്നും

ഈ കൃതി വാങ്ങാം. സ്വപ്നയ്ക്ക് എല്ലാവിധ മംഗളങ്ങളും നേരുന്നതിനൊപ്പം പുതുമ നിറഞ്ഞ കൃതികൾ ഇനിയും പ്രതീക്ഷിക്കുന്നു.

കാരൂർ സോമൻ, ലണ്ടൻ

www.karoorsoman.net

നന്ദി

ലേഖനങ്ങൾ എഴുതാൻ പ്രോത്സാഹിപ്പിച്ച എല്ലാ സുഹൃത്തുക്കളോടും, ബന്ധുക്കളോടുമുള്ള നന്ദി അറിയിക്കുന്നു. ലേഖനങ്ങൾ പുസ്തകമാക്കാൻ പ്രേരിപ്പിച്ച കാരൂർ സോമൻ സാറിനോടുള്ള പ്രത്യേക നന്ദിയും അറിയിക്കുന്നു

Contents

1. വീണ്ടും ഡിസംബർ എത്തുമ്പോൾ

വല്ലാതെ ഭയപ്പെടുത്തിയ ഒരു വസന്തവും ഗ്രീഷ്മവും കഴിഞ്ഞു, പതിവിലധികം ഇലകൾ ഇനി തിരികെയെത്താതെ കൊഴിച്ചുകളഞ്ഞ ശരത്കാലവും പിന്നിട്ടു വീണ്ടും മഞ്ഞിന്റെ തണുപ്പിൽ നക്ഷത്രവിളക്കുകൾ തെളിയുമ്പോൾ ആശ്വാസം തന്നെയാണ്. കാരണം കോവിഡിന് വാക്സിൻ കണ്ടെത്തി എന്ന പ്രതീക്ഷ തന്നെ. വല്ലാതെ വിരസമായിപ്പോയ ഒരു ഈസ്റ്റർ പോലെ തന്നെയാവും ക്രിസ്മസും എന്നു കരുതിയെങ്കിലും ഡിസംബർ പ്രതീക്ഷകളിലേക്കും സ്വപ്നങ്ങളിലേക്കും തന്നെയാണ് മിഴികൾ തുറന്നത്.

വെള്ള സത്യത്തിന്റെ നിറമാണെന്ന് കവിയായ ഒരു സുഹൃത്ത് ഒരിക്കൽ പറഞ്ഞിരുന്നു. എന്തുകൊണ്ടോ ഡിസംബർ ഒന്നു മുതൽ സംഭവിക്കുന്ന കാര്യങ്ങൾക്കു ഞാൻ എപ്പോഴും എന്തെങ്കിലും അർത്ഥം കണ്ടു പിടിക്കാൻ നോക്കാറുണ്ട്. ആ അർത്ഥങ്ങൾ ജീവിതത്തിൽ സത്യമാകാറുമുണ്ട്. ഡിസംബർ മഞ്ഞു മൂടിയെത്തുമ്പോൾ പല സത്യങ്ങളും നമുക്ക് മുൻപിൽ വെളിപ്പെടുന്നത് പതിവ് തന്നെയാണ്.

മറ്റെല്ലാ നിറങ്ങളും മായ്ച്ചു കളഞ്ഞു പാശ്ചാത്യരാജ്യങ്ങളിൽ വെള്ളനിറം നിറയുമ്പോൾ നാട്ടിലും ഗൾഫിലുമൊക്കെ ഞങ്ങൾ ക്രിസ്മസ്ട്രീയിൽ പഞ്ഞി ഇട്ടു മഞ്ഞുണ്ടാക്കുന്നു. കുവൈറ്റിൽ ഒരുപാട് നല്ല ഡിസംബർ ഓർമകൾ ആർക്കെങ്കിലുമുണ്ടോ എന്നറിയില്ല. മിക്കവാറും കുട്ടികളുടെ പനി ഓർമകളാവും അമ്മമാർക്ക്. ക്രിസ്മസ്ട്രീയിലേക്ക് നോക്കി, അമ്മമാരുടെ ചൂട് പറ്റി കിടക്കുന്ന കുഞ്ഞുങ്ങളുടെ നെറ്റിയിൽ തണുത്ത ടവ്വൽ വച്ച് പനി മാറ്റി, ജീവിത സത്യങ്ങളിലേക്ക് കണ്ണു തുറക്കുന്ന അമ്മമാർ. പിന്നെ ഉറക്കച്ചടവോടെ രാവിലെ എഴുന്നേറ്റ് ജോലിക്ക് പോകുന്നതിന്റെ ദുരിതങ്ങളും.

എന്നാൽ സാഹിത്യപ്രേമികൾക്കു വളരെ ഇഷ്ടപ്പെട്ട ഒരു ലേഖനം ഉണ്ട് കുവൈറ്റിൽ. അബ്ബാസിയയിലെ നക്ഷത്രങ്ങൾ എന്ന പേരിൽ. എഴുതിയ ആൾ ഞാനെത്തിയപ്പോഴേയ്ക്കും കുവൈറ്റ് വിട്ടിരുന്നു. എന്നാൽ ആ മനസിന്റെ പ്രണയവും സന്തോഷവുമൊക്കെ വായനക്കാരിൽ ഇപ്പോഴും ഒരു ചെറുചിരിയായി ഉണരും. അബ്ബാസിയയിൽ ഇത്തവണയും നക്ഷത്രങ്ങൾ മിന്നുന്നുണ്ട്, അലങ്കാരങ്ങളുമുണ്ട്. എങ്കിലും എല്ലാ വീടുകളിലും എന്തെങ്കിലുമൊക്കെ മാറ്റങ്ങൾ ഉണ്ടായിട്ടുണ്ട്. ജോലി സംബന്ധമായും, ആരോഗ്യപരമായും. ഒരുപാട് പേർ നാട്ടിലേക്ക് മടങ്ങി. ഇവിടെയുള്ളവർ ഭാവിയെക്കുറിച്ച് ആശങ്കാകുലരുമാണ്. എന്നിരുന്നാലും ഡിസംബർ ഒരു നൊസ്റ്റാൾജിയയും ഒപ്പം തന്നെ പ്രതീക്ഷയും ആണ്. എന്നെ എപ്പോഴും അത്ഭുതപ്പെടുത്തിയത് ജാതിമതഭേദമന്യേ എല്ലാവർക്കും ഇതേ ഗൃഹാതുരത്വം അനുഭവപ്പെടുന്നു എന്നതാണ്.

പഴയ തലമുറയുടെ ഒരു ദൌർബല്യമായിട്ടാണ് പുതിയ തലമുറ ഈ ഗൃഹാതുരത്വത്തെ കാണുന്നത് എന്നതും ഒരു വസ്തുതയാണ്. അവർക്കു സന്തോഷമാകുവാൻ ഒരു ചെറിയ മൊബൈൽ മതി. പിന്നെ ജീവിച്ചിരിക്കുന്ന സുഹൃത്തുക്കളെയാരെയും അവർക്ക് ഒരിക്കലും നഷ്ടമാകുന്നുമില്ല. കൂടാതെ നക്ഷത്രത്തിളക്കങ്ങൾ അവർക്ക് പുതിയ കാര്യവുമല്ല. നാലുപാടും നിന്നും കിട്ടുന്ന ജീവിതപാഠങ്ങളിൽ നിന്നും ഒരു ജീവിതം കെട്ടിപ്പെടുക്കാനുള്ള തിരക്കിലാണവർ.

മദ്ധ്യവയസുകഴിഞ്ഞ ആളുകൾ ക്രിസ്മസ് കരോൾ പാടുന്ന വീഡിയോകൾ യുട്യൂബിൽ കാണുന്ന എന്നെ നോക്കി കഴിഞ്ഞ ദിവസം മകൻ ചോദിച്ചു.

"ഇവർക്കെങ്ങനെയാണ് ഈ പ്രായത്തിലും ഇത്ര സന്തോഷമായി പാടാൻ കഴിയുന്നത്?"

ആകാശത്തും ഭൂമിയിലും നക്ഷത്രങ്ങൾ മിന്നുന്ന നാട്ടിലെ സുന്ദരമായ തണുപ്പുള്ള രാത്രികളും, ജീവിതത്തെ കുറിച്ചുള്ള നിഷ്കളങ്കമായ പ്രതീക്ഷകൾ നിറഞ്ഞ അവധിക്കാല രാവുകളും, ക്രിസ്ത്യാനികൾക്ക് പള്ളിയിലേക്കുള്ള രാത്രി യാത്രകളും പാട്ടുകളും എന്നും ഗൃഹാതുരത്വം തന്നെയാണെന്നും പിന്നീട് പ്രായമാകുമ്പോൾ ജീവിതത്തിലെ ഏക സന്തോഷമായി ഗൃഹാതുരത മാറുന്നതും ഞാൻ വിശദീകരിച്ചു.

"സാഡ് ലൈഫ്" അവൻ മനസിലാവാത്ത ഭാവത്തിൽ പറഞ്ഞു.

ഇനിയെന്ത് പറയും എന്നെനിക്കു അറിയില്ലായിരുന്നു.
സന്മനസ്സുള്ളവർക്ക് സമാധാനം എന്നു വീഡിയോയിൽ പാട്ടുകാർ പാടി.

ജീവിതാനുഭവങ്ങൾ പറഞ്ഞു മനസ്സിലാക്കിക്കാൻ ആവില്ലല്ലോ.

"സന്മനസ്സുള്ളവർക്ക് സമാധാനം" ഞാനും ഏറ്റു പറഞ്ഞു.

2. ദി മാസ്ക്

പുതിയ വർഷം തുടങ്ങുമ്പോൾ എന്തെങ്കിലുമൊക്കെ പുതിയ തീരുമാനങ്ങൾ എടുക്കാൻ നമ്മൾ നിശ്ചയിക്കും, കുറെയൊക്കെ നടപ്പിലാക്കുകയും ചെയ്യും. നമ്മൾ പുതുവർഷത്തിൽ എങ്ങനെ പെരുമാറാമെന്ന് തീരുമാനിച്ചാലും, പുതിയവർഷം നമ്മളോട് പെരുമാറുന്നത് വ്യത്യസ്തങ്ങളായ രീതികളിലായിരുക്കും.

വേറൊരു തരത്തിൽ പറഞ്ഞാൽ 2020-ഇൽ മുഖം മറച്ചു നടക്കുമെന്ന് നമ്മൾ തീരുമാനിച്ചതേ അല്ലല്ലോ. എന്തായാലും മൂക്കും വായും അടച്ചു നടക്കുക എന്നൊരു ശീലം 2020-ഇൽ നമുക്കുണ്ടായി. വാട്സ്ആപ്പിൽ മാസ്കിന് പല നിർവചനങ്ങളുമുണ്ടായി. പുറത്തിറങ്ങുമ്പോൾ ധരിക്കാനും ഏകാന്തതയിൽ വലിച്ചൂരിയെറിയാനുമുള്ള മുഖംമൂടിയാണ് മാസ്ക് എന്നു വരെ ഒരാൾ സ്റ്റാറ്റസ് ഇട്ടു.

സ്ഥിരമായി ധരിക്കാറില്ലെങ്കിലും, കുവൈറ്റിലുള്ള സ്ത്രീകൾക്കും കുട്ടികൾക്കുമെങ്കിലും മാസ്ക് ഒരു പുതിയ കാര്യമൊന്നുമായിരുന്നില്ല. കാരണം കാലാവസ്ഥ മാറുന്ന ദിവസങ്ങളിൽ മരുഭൂമി പോലെ തന്നെ അന്തരീക്ഷവും മണൽ കൊണ്ട് മൂടുന്ന മണൽക്കാറ്റ് പെട്ടെന്ന് വരാറുണ്ട്. നമ്മുടെ നാട്ടിലുള്ളവർക്ക് കേട്ടറിവ് മാത്രമുള്ള യുദ്ധം, രാസായുധ ഭീഷണി, അപ്രതീക്ഷിത മണൽക്കാറ്റുകൾ ഇതൊക്കെ കുവൈറ്റിൽ താമസിക്കുന്നവർക്ക് പരിചിതമാണ്. അതൊക്കെ കഴിഞ്ഞാണിപ്പോൾ മഹാമാരി എത്തിയിരിക്കുന്നത്. ഒന്നു രണ്ടു തവണ മണൽക്കാറ്റിനുള്ളിലൂടെ നടന്ന് തൊണ്ടവേദന പിടിച്ചതുകൊണ്ടും, പിന്നെ പന്നിപ്പനിയുടെ വരവോടും കൂടി മാസ്ക് ബാഗിൽ വയ്ക്കുന്നത് ഞാൻ പതിവാക്കിയിരുന്നു.

2010 ഏപ്രിൽ 17 നു രാവിലെ എട്ടുമണി പെട്ടെന്ന് രാത്രി എട്ടുമണി പോലെയായ ഒരു അനുഭവവും കുവൈറ്റിലുള്ളവർക്കുണ്ട്. അന്നൊരു ശനിയാഴ്ചയായിരുന്നു. അവധിയായത് കൊണ്ട് കട്ടിലിൽനിന്നെഴുന്നേൽക്കാതെ മടി പിടിച്ചു കിടന്നു. ഒന്നുമയങ്ങി കണ്ണു തുറന്നപ്പോൾ രാത്രിയായത് പോലെ. ഇത്രയും നേരം ഉറങ്ങിയോ എന്ന സംശയത്തോടെ കർട്ടൻ മാറ്റി നോക്കിയപ്പോൾ രാത്രിയായിരുന്നു. വഴിവിളക്കുകളും തെളിഞ്ഞിരുന്നു. ഭർത്താവിനെ വിളിച്ചപ്പോൾ മഴക്കോളും പൊടിക്കാറ്റും കൂടി ഒന്നിച്ചു വന്നതാണ് എന്നു പറഞ്ഞു. പിന്നെ ചെറിയൊരു മഴ പെയ്തു. പൊടി താഴ്ന്നപ്പോൾ പെട്ടെന്ന് തന്നെ വെളിച്ചം വരികയും ചെയ്തു. പിന്നൊരിക്കൽ നല്ലൊരു പൊടിക്കാറ്റ് വന്നപ്പോൾ കടൽത്തീരത്തായിരുന്ന എന്റെ ഒരു കൂട്ടുകാരി കടലിന് മുകളിൽ കൂടി ആകാശത്തോളമുയർന്ന പൊടിക്കാറ്റ് വരുന്നത് കണ്ടു. ആളുകൾ ഓടി രക്ഷപെടാൻ നോക്കിയെങ്കിലും കറുത്ത മണൽ അവിടേക്കു വന്നു വീണു. കോറോണക്കാലത്ത് നാട്ടിലേക്ക് മടങ്ങിയ അവളെ കഴിഞ്ഞ ദിവസം വിളിച്ചപ്പോൾ അവൾ പറഞ്ഞത് അവർ മാസ്കൊക്കെ വച്ച് പുറത്തൊക്കെ പോകുമെന്നും, അവളുടെ അമ്മ മാസ്ക് മാറ്റിയേ തുമ്മുകയുള്ളൂ എന്നുമായിരുന്നു.

മാസ്കിലേക്ക് മടങ്ങിവന്നാൽ യുദ്ധസമയത്തും മാസ്ക്കുകൾ ചർച്ചയായിരുന്നു. അന്നൊന്നും സാധാരണക്കാരുടെ ഇടയിൽ മാസ്ക് സാധാരണമായിരുന്നില്ല. രാസായുധം പ്രയോഗിക്കും എന്നും പറഞ്ഞു ഞങ്ങളുടെ ബിൽഡിങ്ങിൽ കുറെ പേർ മാസ്ക്കുകൾ വാങ്ങി. അന്യഗ്രഹ ജീവികളെ പോലെ മുഖം മുഴുവൻ മൂടിയ മാസ്ക് വാങ്ങിയ ആളെ ബിൽഡിങ്ങിലെ കുട്ടികൾ 'ദി മാസ്ക്'' എന്നു വിളിച്ചും തുടങ്ങി. മാസ്ക് വച്ച് കഴിയുമ്പോൾ പൈശാചികമായ ശക്തികൾ ലഭിക്കുന്ന കാർട്ടൂൺ കഥാപാത്രമായിരുന്നു 'ദി മാസ്ക്'.

കുവൈറ്റിൽ മാസ്ക് ധരിച്ചില്ലെങ്കിൽ ഫൈൻ കൊടുക്കേണ്ടി വരുമെന്നതിനാൽ വിദേശികൾ പല നിറത്തിലുള്ള മാസ്കുകൾ വച്ച്

അങ്ങോട്ടുമിങ്ങോട്ടും നടന്നു. ഫൈനിനു പുല്ലുവില ആയതിനാൽ സ്വദേശികൾ മിക്കവരും മാസ്ക് ധരിച്ചതേ ഇല്ല.

ആദ്യമൊക്കെ മടിച്ചിരുന്നെങ്കിലും പിന്നീട് കണ്ണുകളിലേക്ക് നോക്കി സംസാരിക്കാൻ നമ്മൾ പഠിച്ചു. വലിയ സങ്കടങ്ങളും വലിയ സന്തോഷങ്ങളും കണ്ണുകളിൽ നോക്കി വായിക്കാൻ ആദ്യം പഠിച്ചു. പിന്നെ ചെറിയ ചെറിയ വികാരങ്ങളും. കണ്ണുകൾ ആത്മാവിന്റെ ജാലകങ്ങളാണെന്നാണല്ലോ മഹാന്മാർ പറഞ്ഞിരിക്കുന്നത്. സുതാര്യമായ ആശയവിനിമയമാണ് കണ്ണുകളിലൂടെ സാദ്ധ്യമാകുന്നത്. □□ യിലെപ്പോലെ കൈകളിലൂടെയുള്ള ആശയ വിനിമയം, അവതാറിലെ പോലെയുള്ള ആശയ വിനിമയം ഒക്കെ നമുക്കും സാധ്യമാണ്. വാക്കുകളുടെ കാപട്യത്തിലും, ചിരിയുടെ ചതിയിലും പെട്ടത് കൊണ്ടാണ് പല ജീവിതങ്ങളും ഇങ്ങനെയൊക്കെയായിപ്പോയത്. മാസ്ക് മാറ്റി കഴിഞ്ഞാൽ ഇതൊക്കെ നമ്മൾ മറക്കുമായിരിക്കും. തീർച്ചയായും കൊറോണ പഠിപ്പിച്ച പാഠങ്ങളിൽ ഒന്നാണ് സുതാര്യമായ ആശയവിനിമയവും.

കോറോണക്കാലം കഴിയാറായപ്പോഴേക്കും 'ദി മാസ്ക്' ഉൾപ്പടെ പലരും നാട്ടിലേക്ക് മടങ്ങി. മടങ്ങാൻ പറ്റാത്തവർ പ്രവാസം നല്കിയ മുഖംമൂടികൾക്കു മീതെ മാസ്ക്കും ധരിച്ച് നടന്ന് കൊണ്ടേയിരിക്കുന്നു.

3. പ്രണയം ചൊല്ലുന്നത്

Valentine's Day പ്രമാണിച്ച് പ്രണയത്തെക്കുറിച്ച് എഴുതാൻ പോവുകയാണെന്ന് പറഞ്ഞപ്പോൾ ആദ്യം ഒരു നിശബ്ദതയും പിന്നെ സംശയം കലർന്ന ഒരു മുഖഭാവവും ആയിരുന്നു കൂട്ടുകാരുടെ ഇടയിൽ. എന്തെങ്കിലും പറയാനുണ്ടോ എന്നു ചോദിച്ചപ്പോൾ പലതരം ഉത്തരങ്ങളും. സമരങ്ങളെയും ദുരന്തങ്ങളെയും കുറിച്ചെഴുതാനായിരുന്നു കൂടുതൽ പേരും പറഞ്ഞത്. പ്രണയം പോലുള്ള പഴയ വിഷയങ്ങൾ വിട്ടു കളയൂ എന്നും അഭിപ്രായം വന്നു. പ്രണയം കൊണ്ട് മാത്രം, കൈവിട്ടു പോയ മനസും ജീവിതവും തിരിച്ചു പിടിച്ച സ്കൂൾ കാലത്തിലെ ഒരു കൂട്ടുകാരി മാത്രം പറഞ്ഞതിങ്ങനെ.

"ഓരോരുത്തരും പ്രണയത്തെ സ്വീകരിക്കുന്നത് വ്യത്യസ്തമായ രീതികളിലും അളവിലുമാണ്. സമയം, സമയമാണെല്ലാം തീരുമാനിക്കുന്നത്. സമയത്തെ നിശ്ചയിക്കുന്നത് നമ്മുടെ കർമ്മങ്ങളും."

സ്കൂൾ കാലത്ത് പ്രണയം ഒരു പരിധി വരെ വിലക്കപ്പെട്ട ഒരു വാക്കായിരുന്നു. എന്നാൽ സ്കൂൾ ലോഗോയിൽ 'ലവ് നെവർ ഫെയിലെത്ത്' എന്ന ബൈബിൾ വാക്യമായിരുന്നു എഴുതിയിരുന്നത്. അതിനെക്കുറിച്ച് ചിന്തിക്കാനിടം കിട്ടുന്നതിന് മുൻപു രസകരമായ മലയാളം പരിഭാഷയും കൂടെയെത്തും. "സ്നേഹം ഒരു നാളും ഉതിർന്നു പോകയില്ല." ചുവന്ന കല്ലുള്ള മാല പൊട്ടി കല്ലുകൾ ഉതിർന്നു വീണു

ചിതറിപ്പോയതിനെക്കുറിച്ചുള്ള ഓർമകളിൽ ചിന്തകൾ അവസാനിക്കുകയും ചെയ്യും.

പ്രണയത്തെക്കുറിച്ച് ചിന്തിക്കാനൊന്നും നമ്മൾ മിനക്കെടാറില്ലായിരുന്നെങ്കിലും പ്രണയത്തെക്കുറിച്ച് ചിന്തിച്ച ഒരു കവി നമുക്കുണ്ടായിരുന്നത് കൊണ്ട് നമ്മുടെ പ്രണയസങ്കൽപ്പങ്ങൾക്കു എന്നും ഒരു മിനിമം ഗ്യാരണ്ടി നിലവാരം ഉണ്ടായിരുന്നു. റേഡിയോയിലൂടെ കേട്ടിരുന്ന ഒ.എൻ.വി. ഗാനങ്ങളിൽ നിന്നും ഇന്നും പുറത്തു വരാത്തവരാണ് ഞങ്ങളുടെ തലമുറയിൽ ഒരുപാടുപേർ. "ഒരു വട്ടം കൂടിയെന്നോർമകൾ മേയുന്ന, ശരദിന്ദു മലർദീപനാളം നീട്ടി, പറന്നുപോയ് നീയകലെ" തുടങ്ങിയ പാട്ടുകളൊക്കെ ഉദാഹരണങ്ങളാണ്. എന്നാൽ ഭൂമിയിലെ സ്നേഹാമൃതത്തെക്കുറിച്ച് കവിതയിൽ അദ്ദേഹം പറഞ്ഞതിങ്ങനെ..

'ഒരിക്കൽ നുകർന്നാല-

തെങ്ങനെ മറക്കുവാൻ!

ഒരു നൂറാവൃത്തിനാ-

മതിനായ് ജനിപ്പവർ.'

രാധാകൃഷ്ണ പ്രണയം പാട്ടുകളിലൂടെയും, കഥകളിലൂടെയും, ചിത്രങ്ങളിലൂടെയും നമ്മുടെ കൂടെത്തന്നെ ഉണ്ടായിരുന്നെങ്കിലും, പ്രണയത്തെക്കുറിച്ച് അതിനപ്പുറം ഇന്നും ഒന്നും മനസ്സിലാക്കിയിട്ടില്ലെങ്കിലും, പ്രണയത്തെ ഒരു ഗൌരവമുള്ള വിഷയമായി ഞാൻ കാണാൻ തുടങ്ങിയതു

സാറാ തോമസ് എന്ന നോവലിസ്റ്റുമായി ടി. വി. യിൽ വന്ന ഒരു അഭിമുഖം കണ്ടതിനു ശേഷമാണ്.

" മനുഷ്യബന്ധങ്ങളിൽ ഏറ്റവും പ്രത്യേകതയുള്ളതും പ്രധാനവുമായി എനിക്കു തോന്നിയത് പ്രണയമാണ്" എന്നവർ പറഞ്ഞു.

എന്നാൽ ജലാലുദ്ദീൻ റൂമി എന്നൊരു സൂഫികവിയെ വായിച്ചതിന് ശേഷമാണ് പ്രണയത്തെക്കുറിച്ചും, ജീവിതത്തെക്കുറിച്ചുമുള്ള കാഴ്ചപ്പാട് തന്നെ മാറിയത്.

"നിങ്ങളുടെ ദൌത്യം പ്രണയത്തെ തിരഞ്ഞു നടക്കലല്ല, മറിച്ച് നിങ്ങളുടെ ഉള്ളിൽ പ്രണയത്തിനെതിരെ നിങ്ങൾ ഉണ്ടാക്കിയിട്ടുള്ള തടസ്സങ്ങളെ കണ്ടെത്തുക എന്നതാണ്.

അവസാനം ഒരിടത്ത് കണ്ടുമുട്ടുന്നവരല്ല പ്രണയികൾ. അവർ അവരിൽ തന്നെ വസിക്കുന്നു.

വിരഹം എന്നത് ആത്മാവിലേക്ക് പോകാതെ ബാഹ്യസൌന്ദര്യം മാത്രം കാണുന്നവർക്കുള്ളതാണ്. ഹൃദയം കൊണ്ടും, ആത്മാവു കൊണ്ടും സ്നേഹിക്കുന്നവർക്ക് വിരഹം എന്നൊരു കാര്യമേയില്ല.

വിശദീകരിച്ചു പറയുന്നത് എല്ലാ കാര്യങ്ങളെയും വ്യക്തമാക്കുന്നു. എന്നാൽ വിശദീകരിക്കാത്ത സ്നേഹമാണ് കൂടുതൽ വ്യക്തം."

നമ്മൾ മലയാളിയായി കാണുന്ന കൊളംബിയൻ എഴുത്തുകാരൻ മാർകേസും ആത്മീയതലത്തിലേക്ക് പോകുന്നുണ്ട്.

"പ്രണയത്തെ കൃപയുടെ അവസ്ഥയായി ചിന്തിക്കാൻ എനിക്കവളെ പഠിപ്പിക്കേണ്ടി വന്നു. പ്രണയം ഒരു മാർഗമല്ല. ആദ്യവും അവസാനവും അത് തന്നെ."

"സ്നേഹം എന്താണെന്നു എനിക്കറിയാമെങ്കിൽ, അത് നീ കാരണം മാത്രമാണ്." എന്നാണ് ഹെർമൻ ഹെസ്സെ പറഞ്ഞത്.

വാലന്റൈൻസ് ഡേയുമായി ബന്ധപ്പെട്ട് ഏറ്റവും കൂടുതൽ ഏറ്റവും കൂടുതൽ വിശ്വസിക്കപ്പെടുന്ന കഥയിങ്ങനെയാണ്. മൂന്നാം നൂറ്റാണ്ടിൽ റോമൻ ചക്രവർത്തി ആയിരുന്ന ക്ലോഡിയസ് രണ്ടാമൻ വിവാഹം നിയമവിരുദ്ധമാക്കി. വിവാഹിതരായവർ അക്കാലത്ത് യുദ്ധത്തിൽ പങ്കെടുക്കേണ്ടിയിരുന്നില്ല. ആളുകളെ യുദ്ധത്തിൽ പങ്കെടുപ്പിക്കാൻ വേണ്ടിയായിരുന്നു വിവാഹം നിയമ വിരുദ്ധമാക്കിയത്. ഒരു പുരോഹിതനായിരുന്ന വാലന്റയിൻ വിവാഹം എന്ന കൂദാശ തിരികെ കൊണ്ട് വരുന്നതിനു വേണ്ടി പോരാടി. ചക്രവർത്തി അദ്ദേഹത്തെ തുറങ്കിലിട്ടു. അതിനിടെ ജയിലറുടെ അന്ധയായിരുന്ന മകൾക്ക് അദ്ദേഹം കാഴ്ച നല്കി. ഫെബ്രുവരി 14 നു അദ്ദേഹം വധിക്കപ്പെട്ടു. മരിക്കുന്നതിന്റ അന്ന് അദ്ദേഹം ജയിലരുടെ മകൾക്കു 'നിന്റെ വാലന്റയിൻ' എന്നെഴുതിയ ഒരു സന്ദേശം കൊടുത്തു എന്നു പറയപ്പെടുന്നു. പിന്നീടദ്ദേഹം വിശുദ്ധനായി പ്രഖ്യാപിക്കപ്പെട്ടു. കാലക്രമത്തിൽ ഫെബ്രുവരി 14 പ്രണയദിനമായി ആഘോഷിക്കപ്പെട്ടു. കാലം കടന്നു പോകെ കൂടുതൽ കൂടുതൽ ആഡംബരങ്ങൾ പ്രണയദിനത്തിലേക്ക് കൂട്ടിച്ചേർക്കപ്പെട്ടു.

പ്രണയത്തിന് വേണ്ടി ഒരു ദിവസം ഉണ്ടെങ്കിലും ഇല്ലെങ്കിലും പ്രണയവും, പ്രണയത്തെ അന്വേഷിക്കുന്നവരും ഉണ്ടാവും. നമ്മൾ പ്രണയത്തെ അന്വേഷിച്ചു തുടങ്ങുന്ന നിമിഷം പ്രണയം നമ്മളെയും അന്വേഷിച്ചു തുടങ്ങുകയും മുക്തിയിലേക്ക് നയിക്കുകയും ചെയ്യും എന്നു പൌലോ കൊയ്‌ലോ പറയുന്നു. ആത്മാവിന്റെ അനന്തമായ യാത്രയിൽ ഒരു നിമിഷം നമ്മളീ ഭൂമിയിൽ നിന്നതാണെന്ന് തിരിച്ചറിയും എന്നും പറയുന്നു. ശരിക്കും പ്രധാനപ്പെട്ട കണ്ടുമുട്ടലുകൾ ശരീരങ്ങൾ പരസ്പരം കാണുന്നതിന് വളരെ മുൻപു തന്നെ ആത്മാക്കൾ തീരുമാനിച്ചുറച്ചതാണെന്നും അദ്ദേഹം പറയുന്നു. പക്ഷേ പ്രണയം എപ്പോഴും പുതിയതാണ്. നിങ്ങൾ ഒന്നല്ല. രണ്ടല്ല ഒരു ഡസൻ തവണ പ്രണയിച്ചെന്നിരിക്കട്ടെ, ഓരോ തവണയും പുതിയൊരു സാഹചര്യം ആയിരിക്കും നിങ്ങൾക്കു അഭിമുഖീകരിക്കേണ്ടി വരുന്നത് എന്നും അദ്ദേഹം ഓർമ്മിപ്പിക്കുന്നു.

സ്ത്രീകൾ പ്രണയത്തെക്കുറിച്ച് പറഞ്ഞതിൽ ഏറ്റവും ഇഷ്ടപ്പെട്ടത് എമിലി ബ്രോൻടെ പറഞ്ഞത് തന്നെയാണ്. "അവൻ എന്നേക്കാൾ കൂടുതൽ ഞാൻ തന്നെയാണ്. ഞങ്ങളുടെ ആത്മാക്കളെ എന്തുകൊണ്ട് സൃഷ്ടിച്ചതായാലും അത് ഒരേ വസ്തു കൊണ്ട് തന്നെയാണ്."

"സ്നേഹം ഒരു നദി പോലെയാണ്. ഇത്ര ഭാഗം വാത്സല്യം, ഇത്ര ഭാഗം പ്രണയം, ഇത്ര ഭാഗം സൌഹൃദം എന്നു വേർതിരിക്കാൻ പറ്റില്ല. അത് കൊണ്ടല്ലേ സ്നേഹത്തിനിത്ര ഭംഗി" എന്നു മാധവിക്കുട്ടി പറയുന്നു.

കവിതയെഴുതി തുടങ്ങി അധിക കാലമായിട്ടില്ലാത്ത പുഷ്പ ബേബി തോമസ് എന്ന സുഹൃത്ത് ഇങ്ങനെ എഴുതി

" എന്റെ വരികളിൽ നീയാണ്

നിന്റെ സ്വരങ്ങളിൽ ഞാനും".

പ്രണയത്തെ അന്വേഷിക്കുന്നവരെ ജീവിതത്തിൽ ഏതെങ്കിലും സമയത്ത് പ്രണയം തേടിയെത്തുക തന്നെ ചെയ്യും. ഇനിയൊന്നും പറയാനില്ലാത്തത് പോലുള്ള നിറഞ്ഞ സ്നേഹം. നിന്റെ ജീവിതം കൊണ്ട് നീയെനിക്ക് കാണിച്ചു തന്നതെന്താണോ അതാണെനിക്ക് പ്രണയം എന്നു മാത്രമേ അപ്പോൾ പറയാനാവുകയുമുള്ളൂ.

"പ്രണയദിനാശംസകൾ"

4. സ്ത്രീപക്ഷം

എഴുത്തുകാർ എഴുതുന്നത് മുഴുവൻ കുട്ടിക്കാലത്തെക്കുറിച്ചാണെന്ന് പറയാറുണ്ട് എന്ന് കുവൈറ്റിലെ കരുണാകരൻ എന്ന എഴുത്തുകാരൻ അടുത്തിടെ എഴുതിയിരുന്നു. ഇപ്പോൾ ഞാൻ സ്ത്രീകളെക്കുറിച്ചെഴുതാൻ തുടങ്ങുമ്പോഴും കുട്ടിക്കാലത്തേക്ക് തന്നെ മടങ്ങുന്നതോർത്ത് അത്ഭുതം തോന്നി. കുട്ടിക്കാലവും കൌമാരവും എല്ലാം പുസ്തകങ്ങളുടെ ലോകത്ത് തന്നെയായിരുന്നു. അക്ഷരം പഠിച്ചു കഴിഞ്ഞപ്പോൾ, മുട്ട വിരിഞ്ഞു വന്ന പുഴു കാണുന്ന ഇലകളെല്ലാം തിന്നുന്നത് പോലെ, കയ്യിൽ കിട്ടിയതെല്ലാം വായിച്ചു. വീട്ടിലെ പ്രത്യയശാസ്ത്രവൈരുദ്ധ്യങ്ങൾ കാര്യമായി മനസ്സിലായിരുന്നില്ലെങ്കിലും ദേശാഭിമാനി വാരികയിലെ ബംഗാളി കഥകളുടെയും നോവലുകളുടെയും പരിഭാഷ വല്ലാതെ ആകർഷിച്ചിരുന്നു. 'അമർ പ്രേമി'ലെ നായിക പുഷ്പയും, കോട്ടയം പുഷ്പനാഥിന്റെ വീരനായികമാരും പ്രത്യയശാസ്ത്രവൈരുദ്ധ്യങ്ങളൊന്നും വകവെക്കാതെ മനസ്സിൽ ഇടം നേടി.

കൌമാരമായപ്പോൾ ടെലിവിഷൻ രംഗം കയ്യടക്കി. അപ്പോഴും വൈരുദ്ധ്യങ്ങൾ നിലനിന്നിരുന്നു. അതായത് ജനപ്രിയസിനിമകളും ക്ലാസ്സിക് സിനിമകളും ഒരുപോലെ കാണാൻ നിർബന്ധിതയായി. കെ. ജി. ജോർജ്ജിന്റെ 'ആദാമിന്റെ വാരിയെല്ല്' ഉപരിവർഗ്ഗത്തിലും, മദ്ധ്യവർഗ്ഗത്തിലും, താഴ്ന്നവർഗ്ഗത്തിലും ഉള്ള സ്ത്രീകളുടെ പ്രശ്നങ്ങൾ ആദ്യമായി ഒരേസമയം കാണിച്ചു പുതിയൊരു ദൃശ്യാനുഭവമാക്കി. സത്യജിത് റേയുടെ 'ചാരുലത' സ്ത്രീയുടെ മാനസിക വ്യാപാരങ്ങളെ അനാവരണം ചെയ്യുന്നതായിരുന്നു. ടാഗോറിന്റെ 'Broken nest' എന്നർത്ഥം വരുന്ന ബംഗാളി കഥയെ അടിസ്ഥാനമാക്കി സത്യജിത് റേ സംവിധാനം ചാരുലത എന്ന സിനിമ, കാലം കടന്നു പോയിട്ടും, തെറ്റുകളുടെയും ശരികളുടെയും പുതിയ

അർത്ഥതലങ്ങളിലേക്കും, സാദ്ധ്യതകളിലേക്കും നമ്മൾ കടന്നിട്ടും ഇന്നും എന്നും പ്രസക്തി നഷ്ടപ്പെടാതെ നിൽക്കുന്നു. ചാരുലത എന്ന ഉപരിവർഗ്ഗ യുവതിയുടെ അസംതൃപ്തമായ ദാമ്പത്യത്തിലേക്ക് ഭർത്താവിന്റെ ബന്ധു കടന്നു വരുന്നതും, ചാരുലത ആയാളിലേക്ക് ആകർഷിക്കപ്പെടുന്നതും, കുറ്റബോധത്തോടെ അയാൾ അവിടെനിന്നും പോകുന്നതുമാണ് കഥ. പിന്നീട് ചാരുലതയും ഭർത്താവും പുതിയൊരു ജീവിതം തുടങ്ങാൻ പരസ്പരം കൈ പിടിക്കാൻ തുടങ്ങുമ്പോൾ രംഗം നിശ്ചലമാകുന്നു. ഇന്ത്യൻ സിനിമയ്ക്ക് തന്നെ പുതിയൊരു വഴിത്തിരിവായ സിനിമ. കാലം കടന്നു പോകെ ആരും പ്രതീക്ഷിക്കാതെ ഇൻറർനെറ്റ് പതിയെപ്പതിയെ സമയവും മനസ്സും കീഴടക്കി. ബന്ധങ്ങൾക്കെല്ലാം പുതിയ അർത്ഥ വ്യാപ്തി കൈവന്നു, ഓരോ ദിവസവും ഓരോ ആഘോഷങ്ങളായി. വനിതാദിനം ഇൻഡ്യയിലും ആഘോഷിക്കാൻ തുടങ്ങി.

1909 ഫെബ്രുവരി 28നു ന്യൂയോർക്കിലാണ് ആദ്യമായി വനിതാദിനം ആഘോഷിച്ചത്. പിന്നീട് 1917 മുതൽ റഷ്യയിൽ മാർച്ച് 8 വനിതാദിനവും ദേശീയ അവധിയുമായി പ്രഖ്യാപിക്കപ്പെട്ടു. കൂടുതലായും കമ്മ്യൂണിസ്റ്റ് രാജ്യങ്ങളും സോഷ്യലിസ്റ്റ് പ്രസ്ഥാനങ്ങളുമായിരുന്നു അക്കാലത്ത് വനിതാദിനം ആഘോഷിച്ചിരുന്നത്. 1967ഇൽ ഫെമിനിസ്റ്റ് സംഘടനകൾ വനിതാദിനം ഏറ്റെടുത്തു. 1977ലാണ് ഐക്യരാഷ്ട്രസഭ അന്താരാഷ്ട്ര വനിതാദിനം ആഘോഷിച്ചു തുടങ്ങിയത്. സ്ത്രീകളുടെ അവകാശങ്ങൾക്കു വേണ്ടിയാണ് ആരംഭിച്ചതെങ്കിലും സ്ത്രീത്വത്തിന്റെ ആഘോഷമായി ഇപ്പോഴത് മാറി.

എങ്കിലും ഐക്യരാഷ്ട്രസഭ എല്ലാ വർഷവും വനിതാമുന്നേറ്റത്തിനുള്ള ആശയങ്ങളുമായി വരുന്നു. മിക്കവാറും രാജ്യങ്ങൾ പിന്തുണക്കുകയും ചെയ്യുന്നു. 'നേതൃത്വത്തിലുള്ള സ്ത്രീകൾ: ഒരു കോവിഡ്19 ലോകത്ത് തുല്യഭാവി കൈവരിക്കുന്നു'

എന്നതാണ് 2021ലെ പ്രമേയം. കോവിഡ് 19 മഹാമാരിക്കാലത്ത് സ്ത്രീകളും പെൺകുട്ടികളും ആരോഗ്യരംഗത്തും, സാമൂഹ്യ രംഗത്തും നടത്തിയ പ്രവർത്തനങ്ങൾ സമൂഹത്തെ എങ്ങനെ സ്വാധീനിച്ചെന്ന് ഉയർത്തിക്കാട്ടുകയാണ് ലക്ഷ്യം. കോവിഡ് കാലത്ത് സ്ത്രീകൾ നേതൃത്വം നല്കിയ സ്ഥലങ്ങളിൽ കോവിഡ് പ്രതിരോധം എത്രമാത്രം വിജയകരമായിരുന്നുവെന്നത് ലോകചരിത്രത്തിൽ എന്തായാലും ഓർമ്മിക്കപ്പെടാതിരിക്കില്ല.

ഇന്റർനെറ്റിന്റെ വരവോടുകൂടിയാണ് സ്ത്രീകളുടെ മുന്നേറ്റത്തിനു വേഗത കൂടിയത്. ലോകത്തിന്റെ എവിടെയിരുന്നും ആരുമായും സംസാരിക്കാം, അറിവുകൾ നേടാം, ജോലി വരെ നേടാം. സ്ത്രീകളെ ഒറ്റപ്പെടുത്തുക ബുദ്ധിമുട്ടുള്ള കാര്യമായി. 2012 ഡിസംബർ 21നു ലോകം അവസാനിക്കും എന്നു പറഞ്ഞത് പുരുഷാധിപത്യലോകത്തിന്റെ അവസാനമായിരുന്നെന്നും, ഇനി സ്ത്രീകളുടെ കാലമാണ് വരാൻ പോകുന്നതെന്നും വിശ്വസിക്കുന്ന സുഹൃത്തുക്കൾ ഇന്നെനിക്കുണ്ട്.

അത്രക്കൊന്നുമില്ലെങ്കിലും സ്ത്രീസാന്നിദ്ധ്യം എല്ലാ മേഖലകളിലും ഇന്നുണ്ട്. എങ്കിലും എല്ലാ തരത്തിലുമുള്ള പീഠനങ്ങൾക്ക് വിധേയരാകുന്ന സ്ത്രീകളെ ഓർക്കുമ്പോൾ മാറേണ്ടത് നമ്മുടെ ചിന്താരീതികളാണെന്ന് തോന്നാറുണ്ട്. മലയാളം ക്ലാസ്സിൽ പഠിച്ച എൻ. എൻ. കക്കാടിന്റെ 'വഴിവെട്ടുന്നവരോട്' എന്ന കവിത എല്ലാ പുതുവഴികളിലുമെന്ന പോലെ സ്ത്രീകളുടെ കാര്യത്തിലും ഒരു പരിധി വരെ ശരിയാണ് എന്നുമപ്പോൾ തോന്നും.

ഇരുവഴിയിൽ പെരുവഴി നല്ലൂ

പെരുവഴി പോ ചങ്ങാതീ   എന്നാരംഭിക്കുന്ന കവിത എപ്പോഴും സ്ത്രീകളുടെ അവകാശങ്ങൾക്ക് വേണ്ടി പ്രവർത്തിച്ചവരെ ഓർമ്മിപ്പിക്കാറുണ്ട്. പെരുവഴി പോകാതെ പുതിയ വഴി വെട്ടി തന്നവർ, തടസ്സങ്ങൾ മറികടന്ന് മുന്നേറിയവർ, പുകഴ്ത്തലുകളും,

കല്ലേറുകളും അനുഭവിച്ചവർ. കാലശേഷം ആരാധനാമൂർത്തികളായവർ. അവർ നേടി തന്ന അവകാശങ്ങൾ ഇരട്ട ജോലിഭാരമായി മാറിയ വീട്ടമ്മമാർ. സ്വന്തമായി രണ്ടു മണിക്കൂർ പോലും ഒരു ദിവസം കിട്ടാത്തവർ, ഇപ്പോൾ ചെയ്തു കൊണ്ടിരിക്കുന്ന ജോലി ബുദ്ധിമുട്ടാണെങ്കിൽ മാറി മറ്റൊരിടത്ത് ചേരാൻ പോലും പോലും അവകാശമില്ലാത്തവർ. കവി പറയുന്നത് പോലെ അവർക്കു മുൻപിൽ വീടും, സമൂഹവും പറയുന്നതിങ്ങനെ.

പെരുവഴിയേ പോകും ഞങ്ങൾ

പുതുവഴി വഴിപാടിന് മാത്രം.

5. വസന്തവും വേനലും

വിറയ്ക്കുന്ന തണുപ്പ് മാറി, രാവിലെ സുഖമുള്ള തണുപ്പും ഉച്ചസമയം വല്യ ചൂടില്ലാത്ത നല്ല വെയിലുമുള്ള മാർച്ച് മാസം മരുഭൂമിയിൽ വസന്തമൊന്നുമില്ലെങ്കിലും നല്ലൊരു മാസമാണ്. എങ്കിലും ഏതൊക്കെയോ വിദേശരാജ്യങ്ങളിൽ നിന്നും കൊണ്ടുവന്ന് വളർത്തുന്ന പൂച്ചെടികളിൽ പൂക്കൾ നിറഞ്ഞ്, കുവൈറ്റിലെ റോഡിനിരുവശവും പല ആകൃതികളിലും വർണ്ണങ്ങളിലും കാണാം. മകൻ കുട്ടിയായിരുന്നപ്പോൾ 'ദാ, ഓണപ്പൂക്കളം' എന്നു പറഞ്ഞത് ഓർക്കുന്നു.

വസന്തമായ് ശലഭവഴികളിൽ

മഞ്ഞുപെയ്യുന്നു

ഓർമ്മകളിൽ പൂക്കൾ വിടരുന്നു.

എന്ന് കുവൈറ്റിലെ വിഭീഷ് എന്ന സുഹൃത്ത് ഫേസ്ബുക്കിൽ കുറിച്ചു. കോറോണക്കാലമായതോടെ കുറച്ചുകൂടി സമയം കിട്ടിയത് കൊണ്ടാവണം ആളുകൾ ഋതുക്കളെക്കുറിച്ച് ചിന്തിക്കാനും എഴുതാനും തുടങ്ങിയത്. ഇത്തവണ കോറോണയും ഇലക്ഷനും എല്ലാം കൂടിയായപ്പോൾ മറ്റൊരു സുഹൃത്ത് എഴുതിയതിങ്ങനെ 'വസന്തത്തിന്റെ ഇടിമുഴക്കമൊക്കെ നല്ലതായിരുന്നു, അതിലും നല്ലത് അടുപ്പിൽ അരി തിളയ്ക്കുന്നതിന്റെ ശബ്ദമായിരുന്നു.'

വസന്തം എന്നു പറഞ്ഞാൽ എനിക്കു നിറയെ പൂക്കളുള്ള ഒരാകാശമാണ്. വലിയ മരങ്ങൾ, ഒരുപാട് വർഷങ്ങൾ പഴക്കമുള്ളവ. ഒരു വശത്ത് വയലറ്റ് പൂക്കൾ, മറുവശത്ത് മഞ്ഞ പൂക്കളും. വേനലവധിക്ക് സ്കൂൾ അടക്കുന്നതിന് മുൻപുള്ള ആകാശമായിരുന്നു. സ്കൂളിനു ചുറ്റും മരങ്ങൾ എന്നു പറയുന്നതിനെക്കാൾ ഒരു കുന്നിന്റെ ചരുവിൽ പൂമരങ്ങൾക്കിടയിൽ

ഒരു സ്കൂൾ എന്നു പറയുന്നതാവും നല്ലത്. സ്കൂൾ രണ്ടായിരുന്നു. നഴ്സറിയും എൽ. പി. സ്കൂളും ചേർന്ന കൊച്ചുസ്കൂളും പിന്നെ പെൺകുട്ടികൾക്ക് വേണ്ടി മാത്രമുള്ള ഹൈസ്കൂളും. ഇൻഡ്യയിലെ തന്നെ ആദ്യത്തെ പെൺകുട്ടികളുടെ ഹൈസ്കൂൾ. ഹൈസ്കൂളിൽ നിന്നു പോകുന്ന പത്താം ക്ലാസ്സിലെ മാർച്ച് മാസത്തിൽ മാത്രമേ ഓട്ടോഗ്രാഫ് എഴുതാൻ അവകാശമുണ്ടായിരുന്നുള്ളൂ. ഒരുപാട് പേര് എനിക്കു ഓട്ടോഗ്രാഫില് എഴുതിത്തന്നത് 'ആഷാഢമാസം അവസാനമാസം നമ്മൾ പിരിയുന്നമാസം മാർച്ചുമാസം' എന്ന വരികളായിരുന്നു. 'ആഷാഢമാസം, ആത്മാവിൽ മോഹം' എന്ന പാട്ടിന്റെ പാരഡി പോലെ. അത്ഭുതം പോലെ ജീവിതത്തിലെ വേർപ്പിരിയലുകൾ എല്ലാം സംഭവിച്ചതും മാർച്ച് മാസത്തിൽ തന്നെ. ആഷാഢമാസം മഴമാസമായിരുന്നു എന്നറിഞ്ഞത് മഴ എന്ന സിനിമ ഇറങ്ങിയപ്പോഴായിരുന്നു.

വസന്തവും വേനലും ഒരുമിച്ചാണല്ലോ നമ്മുടെ നാട്ടിൽ. മാർച്ചും ഏപ്രിലും കുട്ടികൾക്ക് പരീക്ഷയും, പിന്നെ കളികളുമായി കടന്നു പോകും. എന്റെ വീട് ടൌണിൽ തന്നെ ആയിരുന്നതിനാൽ പൂമരങ്ങളൊന്നും വീട്ടിലുണ്ടായിരുന്നില്ല. കളിക്കാൻ സ്ഥലങ്ങളും ഉണ്ടായിരുന്നില്ല. അവധിക്കാലമായാൽ രാവിലെ എണീറ്റ് വരുമ്പോഴേ മുറ്റത്തെ കുടമുല്ല ചെടികൾ നിറയെ പൂക്കൾ കാണാം. ചിലപ്പോഴൊക്കെ മാല കെട്ടും. ലില്ലിചെടികൾ നിറയെ പലനിറത്തിലുള്ള പൂക്കളും ഉണ്ടായിരുന്നു. ഈസ്റ്ററിന് മാത്രം വിരിയുന്ന വലിയ ഓറഞ്ച് പൂവുള്ള ലില്ലി അവധിക്കാല കൌതുകങ്ങളിൽ ഒന്നായിരുന്നു. പിന്നെ ലില്ലി ചെടികൾക്കിടയിലെ ലില്ലിപ്പുഴുക്കൾ ചിത്രശലഭങ്ങളായി മാറുന്നതും. വീട്ടിൽ പൂമരങ്ങളൊന്നും ഇല്ലാതിരുന്നത് കൊണ്ടാവും പൂക്കാലം എന്നു പറഞ്ഞാൽ സ്കൂൾ തന്നെയാണ് ഓർമ്മയിലെത്തുന്നത്. കോളേജിലെ ഏപ്രിൽ മെയ് മാസങ്ങളിലെ പരീക്ഷകളും, വാകപ്പൂക്കളും, വേർപ്പാടുകളും പോലും സ്കൂളിലെ പൂക്കാലത്തിന്റെ അത്രയും മനസ്സിനെ സ്പർശിച്ചിട്ടില്ല.

സ്കൂളിന്റെ ഗെയ്റ്റ് കടന്നു വന്നവർക്കല്ലാതെ, ഒരു പക്ഷേ, ആർക്കുമറിയില്ലായിരിക്കും കോട്ടയം പട്ടണത്തിന്റെ തിരക്കുകൾക്കു നടുവിൽ മരങ്ങൾ നിറഞ്ഞൊരു അത്ഭുതലോകം ഉണ്ടെന്ന്. ഓർമ്മകളുടെ ആരംഭം പോലും എനിക്കു നഴ്സറിക്ലാസ്സിന്റെ ജനലിൽ കൂടി നോക്കുമ്പോൾ കാണുന്ന പുൽമൈതാനമാണ്. ബ്രിട്ടീഷ് മിഷനറി മദാമ്മമാർ സ്ഥാപിച്ച സ്കൂൾ ആയതുകൊണ്ടാവും സാധാരണ കണ്ടുവരാറുള്ള ശൈലിയിൽ ആയിരുന്നില്ല പുൽമേടുകളും മൈതാനങ്ങളും പോലും ഉണ്ടായിരുന്നത്. എല്ലാ പൊരുത്തക്കേടുകൾക്കുമിടയിൽ സ്വന്തമായൊരു ലോകം ഉണ്ടായതും സ്കൂളിൽ നിന്നു തന്നെ. കൊന്നപ്പൂക്കളുടെ മഞ്ഞ ജ്വാലകളാളുന്ന വേനലിൽ അവസാനിച്ച് വാകപ്പൂക്കളുടെ ചുവപ്പ് പരവതാനിയിലെ വെള്ളത്തുള്ളികളിലേക്ക് തുറക്കുന്ന വർഷങ്ങൾ. ഇലഞ്ഞിപ്പൂമരത്തിന്റെയും. ചെമ്പകപ്പൂമരത്തിന്റെയും സുഗന്ധത്തണലിൽ വിരിഞ്ഞ സൌഹൃദങ്ങൾ. പുൽമേടുകളിലൂടെ നടന്ന് ചൂളമരത്തിൻ്റെകണ്ണെത്താദൂരങ്ങളിലേക്ക് പോയ സ്വപ്നങ്ങൾ. ബേക്കർ സ്കൂളിലെ കുട്ടികളുടെ മാത്രം സ്വകാര്യ അഹങ്കാരങ്ങൾ. പ്രായമെത്ര കടന്നു പോയാലും സ്വപ്നങ്ങളുടെ ചുവട് പുൽമേടുകളിലും ലക്ഷ്യങ്ങൾ ചൂളമരങ്ങൾക്കപ്പുറത്തെ ആകാശത്തിലുമാകാതെ വയ്യ. കൊച്ചുസ്കൂളിലെ അവിവാഹിതരും ഭക്തരുമായ ടീച്ചേർസിന്റെ സ്വാധീനം ആയിരിക്കാമത്. സ്കൂളിന്റെ ബോർഡിങ് നടത്തിക്കൊണ്ടിരുന്നതും കൊച്ചമ്മമാരായിരുന്നു. അങ്ങനെയായിരുന്നു ഞങ്ങൾ വിളിച്ചിരുന്നത്. സന്ധ്യയാകുമ്പോൾ ഒരു ടോർച്ചുമെടുത്തു പ്രദേശമെല്ലാം നോക്കി പ്രശ്നങ്ങളൊന്നുമില്ലെന്ന് ഉറപ്പ് വരുത്തിയിരുന്നു എന്നു അടുത്തിടെ ഒരു കൊച്ചമ്മ പറഞ്ഞിരുന്നു.

പിന്നീട് കുവൈറ്റ് യൂണിവേഴ്സിറ്റിയിൽ ജോലി ചെയ്യുമ്പോഴും ചൂളമരങ്ങളവിടെയുള്ളത് ഒരാശ്വാസമായിരുന്നു. പരിചിതമായ ഒരു സ്ഥലത്തെത്തിയത് പോലെ.

വസന്തത്തെക്കുറിച്ച് ഏറ്റവും കൂടുതൽ ഉദ്ധരിക്കപ്പെടുന്ന വരികൾ 'വസന്തം ചെറിമരത്തോട് ചെയ്തത്' എന്ന് തുടങ്ങുന്നതും, പിന്നെ 'നിങ്ങൾക്ക് എല്ലാ പൂക്കളും മുറിച്ചു മാറ്റാൻ കഴിയും പക്ഷേ വസന്തം വരുന്നത് തടയാൻ നിങ്ങൾക്ക് കഴിയില്ല' തുടങ്ങിയതുമായ നെരൂദയുടെ വരികളാണ്.

എന്നാൽ ഗൾഫിലെ കാലാവസ്ഥ വച്ച് നോക്കിയാൽ പലസ്തീൻ കവി മഹമൂദ് ദർവീഷിന്റെ 'മഞ്ഞും വേനലും' എന്ന കവിതയാണ് എനിക്കേറ്റവും ഇഷ്ടമുള്ളത്.

ഋതുക്കളിവിടെ രണ്ടേയുള്ളു

വിദൂരമിനാരം പോലെ ദീർഘിച്ച ഒരു

വേനൽക്കാലം..

മുട്ടു കുത്തി പ്രാർത്ഥിക്കുന്ന

കന്യാസ്ത്രീയെപ്പോലെ ഒരു

മഞ്ഞുകാലവും

വസന്തമാണെങ്കിൽ

ഉയിർപ്പുനാളിന്റെ വരവറിയിച്ചും

കൊണ്ടതൊടിപ്പോകുന്നു

ശരത്കാലമാകട്ടെ

മടക്കയാത്രയിൽ എത്ര ജീവിതം

നമുക്കു നഷ്ടപ്പെട്ടു

എന്നൊറ്റക്കിരുന്നോർക്കാനൊരിടം

മാത്രം.

മഹമൂദ് ദർവീഷ് മരിച്ചതിന്റെ പിറ്റേന്ന് രാവിലെ, യൂണിവേഴ്സിറ്റിയിൽ എന്റെ തൊട്ടപ്പുറത്തിരുന്നു ജോലി ചെയ്തിരുന്ന മദ്ധ്യവയസ്കയും അവിവാഹിതയുമായ ഖാദ എന്ന പാലസ്തീനി സ്ത്രീയോട്, 'നിങ്ങളുടെ ഒരു ദേശീയ കവി മരിച്ചു അല്ലേ?' എന്നൂ ഞാൻ ചെന്നപ്പോഴേ ചോദിച്ചു. അത്ര രസിക്കാത്ത ഭാവത്തിൽ അവൾ തല കുലുക്കി. കുറച്ചു കഴിഞ്ഞ് ഒരു ഈജിപ്ഷ്യൻ വന്നു അതേ ചോദ്യം അവളോടു ചോദിച്ചു. വല്ലാത്തൊരു പൊട്ടിത്തെറി ആയിരുന്നു അതിന് മറുപടി.

"കവിയോ, ആയാൾക്കെന്താണ് പ്രത്യേകത? ഞങ്ങളെപ്പോലെ ആയിരക്കണക്കിന് പലസ്തീനികൾ ലോകത്തിന്റെ പല ഭാഗത്ത് ജീവിക്കുകയും മരിക്കുകയും ചെയ്യുന്നു. ആരെങ്കിലും ഞങ്ങളുടെ സുഖവിവരം അന്വേഷിക്കുന്നുണ്ടോ? കവി പോലും."

മുറിയിലുണ്ടായിരുന്ന കുവൈറ്റിസ്ത്രീകൾ നോക്കാൻ തുടങ്ങിയതോടെ അയാൾ പെട്ടെന്നവിടെ നിന്നും പോയി. ചുവന്ന മുഖവുമായി അല്പം കഴിഞ്ഞപ്പോൾ ഖാദയും ബാഗുമെടുത്തു പുറത്തേക്ക് പോയി. സ്വന്തമായി രാജ്യമില്ലാത്ത അവസ്ഥ പ്രവാസത്തേക്കാൾ ഭീകരമാണ് എന്ന് നമ്മളും മനസ്സിലാക്കേണ്ടതാണ്. എല്ലാമുണ്ടെങ്കിലും അനാഥരായി പോകുന്നവരെ പോലെ.

ഞങ്ങളുടെ ഹൈസ്കൂൾ പിന്നീട് കുന്നിൻമുകളിൽ പുതിയതായി പണിത ഇരുനിലക്കെട്ടിടത്തിലേക്ക് മാറ്റി. അവിടുത്തെ കുന്നിൻചെരുവുകളിലെ കുറ്റിക്കാടുകൾ വെട്ടി നിരത്തി റബ്ബർ മരങ്ങൾ വച്ചു പിടിപ്പിച്ചു. എങ്കിലും പഴയ മരങ്ങളും പുൽമൈതാനങ്ങളും ഇപ്പോഴുമവിടെയുണ്ട്. കാലത്തിനൊത്തവണ്ണം വരുത്തിയ മാറ്റങ്ങൾക്കു പോലും സ്കൂളിന്റെ പ്രത്യേകഭംഗിയെ തകർക്കാനായില്ല. പഴയ ഹൈസ്കൂളിന്റെ ഒരുഭാഗം പ്രായമായവർക്കുള്ള ഒരു വീടാക്കി. വിവാഹിതരും,

അവിവാഹിതരുമായ ഒരുപാടാളുകൾ അവിടെ ജീവിച്ചു മരിച്ചു. പല അധ്യാപകരും അവിടയുണ്ടായിരുന്നു, കൂടാതെ പരിചയക്കാരും.

പലസ്തീൻ കവി മഹമൂദ് ദർവീഷ് 'മഞ്ഞും വേനലും' എന്ന തന്റെ കവിത അവസാനിപ്പിച്ചതിങ്ങനെ.

"നാം നമ്മുടെ ജീവിതത്തെ എവിടെ

വിട്ടുപോന്നു?"

വിളക്ക് ചുറ്റിപ്പറക്കുന്ന പൂമ്പാറ്റയോടു

ഞാൻ ചോദിച്ചു.

സ്വന്തം കണ്ണീരിലതെരിഞ്ഞുതീർന്നു.

6. വഴികൾ അവസാനിക്കുന്നിടത്തെ വീടും.ചില സ്കൂളോർമ്മകളും

യാദൃശ്ചികമാണോ എന്നറിയില്ല, എന്തായാലും ഒരു കുന്നിന്റെ നെറുകയിലുള്ള പെൺകുട്ടികളുടെ സ്കൂളിന്റെ ഒരുവശത്തെ ജനലിലൂടെ നോക്കുമ്പോൾ കാണുന്നത് വഴികൾ അവസാനിക്കുന്ന സ്ഥലമായിരുന്നു. വഴി ഒരു മതിലിൽ ചെന്നിടിച്ചു നിൽക്കും. അരികിലുള്ള വീട്ടുകാർ തന്നെ പണിത മതിലായിരുന്നു അതും. ഇംഗ്ലണ്ടിൽ നിന്നു വന്ന ഒരു മദാമ്മയുടെ വീടായിരുന്നു അത്. സ്കൂൾദിനങ്ങളുടെ ആവർത്തനവിരസതകൾക്കിടയിൽ മദാമ്മയും നാട്ടുകാരനായ ഭർത്താവും പെൺകുട്ടികൾക്ക് ഒരു നേരംപോക്കായിരുന്നു. പെൺകൂട്ടികളുടെ സ്വപ്നങ്ങളുടെയും സ്വാതന്ത്ര്യത്തിന്റെയും പരിമിതികളുടെയും പ്രതീകം പോലെ ഹൈസ്കൂൾ ക്ലാസ്സുകളിലെല്ലാം തന്നെ വഴികൾ അവസാനിക്കുന്നിടത്തെ മതിൽ എന്റെ കാഴ്ചവട്ടത്ത് തന്നെ ഉണ്ടായിരുന്നു.

ജൂൺമാസമാകുമ്പോൾ വേണ്ട എന്നു വച്ചാലും സ്കൂളോർമ്മകൾ മനസ്സിലേക്കോടി എത്തും. സ്കൂൾകാലം കഴിഞ്ഞിട്ടു കാലമെത്രയായി എന്നു മനസ്സിലാക്കാൻ പാടുപെട്ട് ഭൂതത്തിലും വാർത്തമാനത്തിലുമായി കാലം വെറുതെ കറങ്ങും. ചില നിമിഷങ്ങളിൽ സ്കൂളിൽ തന്നെയാണോ എന്നും ഓർക്കും. നല്ല ഓർമ്മകളിലും ചിരിയോർമ്മകളിലും മനസ്സിനെ കൊണ്ട്ചെന്ന് നിർത്താൻ വെറുതെ ശ്രമിക്കും.

സ്കൂളിലെ തമാശകളെക്കുറിച്ച് പറഞ്ഞ കൂട്ടത്തിൽ പത്രപ്രവർത്തകനായ സുഹൃത്ത് ഒരിക്കൽ പറഞ്ഞു "സ്കൂൾകാലം തന്നെ ഒരു വലിയ തമാശയായിരുന്നു എന്നു മനസിലായത്

പ്രീഡിഗ്രിക്ക് ചെന്നയുടനെതന്നെ അവൾ മറ്റൊരുത്തനെ പ്രണയിച്ച് തുടങ്ങിയപ്പോഴാണ്"

സ്കൂൾ തമാശകളെക്കുറിച്ച് പറയാൻ തുടങ്ങിയാൽ, പരിചയപ്പെടലിൽ നിന്നു തന്നെ തുടങ്ങേണ്ടി വരും. ഒരു ഹൈസ്കൂൾ ക്ലാസ്. സോഷ്യൽ സ്റ്റഡീസ് ടീച്ചർ കുട്ടികളെ പരിചയപ്പെടുകയാണ്. ഓരോരുത്തരും പേരും സ്ഥലവും പറയുന്നു. ഇടയ്ക്കൊരു കുട്ടി ദേവലോകം എന്ന സ്ഥലപ്പേര് പറഞ്ഞു. ടീച്ചറും കുട്ടികളും ചെറുതായി ചിരിച്ചു. അടുത്തയാള് പേര് പറഞ്ഞിട്ട് ചെറുതായി ഒന്നു പരുങ്ങി,

"എന്താടോ താൻ എവിടുന്നാ വരുന്നേ?" ടീച്ചർ ചോദിച്ചു.

"കല്ലറേന്ന്"

"ഓ, താൻ മരിച്ചതായിരുന്നോ?" ചിരിക്കാൻ ഇതിലപ്പുറം എന്തു വേണം? കോട്ടയംകാർക്ക് മാത്രം അവകാശപ്പെട്ട ചിരി.

പിന്നെ പരീക്ഷച്ചിരികൾ. ഓർമ്മയുള്ളത് ഒരെണ്ണമാണ്. എട്ടാം ക്ലാസ്സിലെ ഭൂമിശാസ്ത്രത്തിൽ ഭൂമിയുടെ ചുറ്റളവ് കണ്ടുപിടിക്കുന്നതെങ്ങനെ എന്നൊരു പാഠഭാഗമുണ്ടായിരുന്നു. ഭൂമിക്കു ചുറ്റും ഒരു ചരട് പിടിച്ച ഒരു പടവുമുണ്ടായിരുന്നു. ഇറാത്തോസ്തനിസ് ആദ്യമായി ഭൂമിയുടെ ചുറ്റളവ് കണ്ടുപിടിച്ചു എന്നു താഴെയായി എഴുതിയിട്ടുമുണ്ടായിരുന്നു. ഇറാത്തോസ്തനിസ് ഭൂമിയുടെ ചുറ്റളവ് കണ്ടുപിടിച്ചതെങ്ങനെ എന്നൊരു ചോദ്യം പരീക്ഷയ്ക്കുണ്ടായിരുന്നു. "ഇറാത്തോസ്തനിസ് ഒരു ചരട് പിടിച്ചാണ് ഭൂമിയുടെ ചുറ്റളവ് കണ്ടുപിടിച്ചത്" എന്നായിരുന്നു ഒരു കുട്ടി എഴുതിയത്. ടീച്ചർ ഉത്തരം ക്ലാസിൽ വായിച്ച് കേൾപ്പിച്ചിട്ടു .ചോദിച്ചു. "എന്തുവാടെ ഇത്?"

പിന്നെ പകർത്തെഴുത്ത് എന്നൊരു പരിപാടി ഉണ്ട്. ദിവസവും ഒരു പേജെഴുതണം. ഒരു വശത്തേ എഴുതൂ. ബുക്ക് തുറന്ന് ഒന്നിന്

മുകളിൽ ഒന്നായി മേശപ്പുറത്ത് വെയ്ക്കും. അതുകൊണ്ട് കുട്ടികൾ സമയം കിട്ടുമ്പോൾ തീയതി ഇടാതെ പകർത്ത് എഴുതി വയ്ക്കും. ഓരോ ദിവസത്തെ ഡേയ്റ്റുമിട്ട് മേശപ്പുറത്ത് കൊണ്ട് വെക്കും. ടീച്ചർ മറിച്ചൊന്നും നോക്കില്ല. ചിലപ്പോൾ ഡേയ്റ്റ് നോക്കും. കുട്ടികളാണെങ്കിൽ ധൃതിയിൽ എന്തെങ്കിലുമൊക്കെ ഡേയ്റ്റ് ഇട്ടു വെക്കും. അതൊരു ജൂൺമാസമായിരുന്നു. പതിവില്ലാതെ ടീച്ചർ ഡേയ്റ്റ് നോക്കിത്തുടങ്ങി. ഒരു കുട്ടിയുടെ തീയതി 11.11.86. കുട്ടിയെ എഴുന്നേൽപ്പിച്ചു നിർത്തിയിട്ട് ഒറ്റചോദ്യം. "തനിക്കിത് പതിനൊന്നാം മാസമാണോ? ആനക്ക് പോലുമില്ലല്ലോ." ആനയുടെ ഡീറ്റെയിൽസ് ഒന്നും അറിയാത്തത് കൊണ്ട് കുട്ടികൾ പൊട്ടിച്ചിരിച്ചു.

യുവജനോത്സവ വേദികളും ആഘോഷാവസരങ്ങളും ഒക്കെ ചിലപ്പോഴെങ്കിലും ചിരിവേദികളാവാറുണ്ട്. അമ്മ ടീച്ചറായിരുന്നത് കൊണ്ട് അമ്മയുടെ അടുത്ത് നിന്നും കുറെ തമാശകൾ കേട്ടിട്ടുണ്ട്. അതിലൊരെണ്ണം ഇങ്ങനെ. കൊച്ചുകുട്ടികളുടെ പാട്ടുമത്സരത്തിന് മാർക്കിടാൻ പോയപ്പോൾ എല്ലാ കുട്ടികളും 'ഓമലാളെ കണ്ടു ഞാൻ പൂനിലാവിൽ' എന്ന പാട്ടു പാടിക്കൊണ്ടിരുന്നു. അല്പം പ്രശ്നമുണ്ടെന്ന് തോന്നിക്കുന്ന ഒരു കുട്ടി പാടാൻ എത്തിയപ്പോൾ സർ പറഞ്ഞു "മോൻ വേറൊരു പാട്ടു പാടൂ." ഉടനെ പാട്ടും വന്നു.

"വേറൊരോമലാളെ കണ്ടു ഞാൻ പൂങ്കിനാവിൽ

താരകങ്ങൾ പുഞ്ചിരിച്ച നീലരാവിൽ"

ക്രിസ്മസ് ടാബ്ലോസ് മിക്കവാറും കൂട്ടച്ചിരികളുടെ വേദികൾ തന്നെയാണ്. ഒരിക്കൽ ഞാൻ ആട്ടിടയനായി നിന്ന ഒരു നിശ്ചലദൃശ്യത്തിൽ കർട്ടൻ ഉയരുന്നതിന് തൊട്ട് മുൻപാണ് കുഞ്ഞിനെ അലമാരിയിൽ നിന്നെടുത്തിട്ടില്ല എന്നോർമ്മ വന്നത്. സമയമില്ലാത്തതിനാൽ പെട്ടെന്നാരോ എന്റെ തലേക്കെട്ട് അഴിച്ചെടുത്ത് കുഞ്ഞിന്റെ രൂപത്തിലാക്കി. പിന്നെ എല്ലാവരും അതിലേക്ക് നോക്കി നിന്നു. കർട്ടൻ ഉയർന്നു. ഞാനാവട്ടെ

പുതച്ചിരുന്ന പുതപ്പെടുത്ത് തലയിലൂടെ ഇട്ട് കള്ളനെപ്പോലെയായിരുന്നു നിന്നിരുന്നത്. നഴ്സറി ക്ലാസ്സിലെ കുട്ടികളായിരുന്നു മാലാഖമാർ. പെട്ടെന്നുണ്ടായ ബഹളവും കർട്ടൻ ഉയരലും എല്ലാം കൂടിയായപ്പോൾ ഒരു മാലാഖ പേടിച്ചു മൂത്രമൊഴിച്ചു. പിന്നെ അടുത്ത് നിന്ന മറ്റൊരു മാലാഖയും. തറയിലേക്ക് നോക്കി നിന്നിരുന്ന ഞങ്ങൾ കാണുന്നത് എവിടെ നിന്നോ വെള്ളം ഒഴുകി വരുന്നതാണ്. പെട്ടെന്ന് ഒന്നാമത്തെ മാലാഖ എങ്ങലടിച്ചു കരയാൻ തുടങ്ങി. കാര്യം പിടി കിട്ടിയ അടുത്ത് നിന്ന ആൾ ചിരിച്ചു തുടങ്ങി. ചിരി എല്ലാവരിലേക്കും പടർന്നു. നിശ്ചലദൃശ്യം കുലുങ്ങുന്ന ഒരു ദൃശ്യമായി മാറവേ കർട്ടൻ വീണു.

നമ്മളെ ആരെങ്കിലും മണ്ടരാക്കുന്നു എന്നു നമുക്കു തോന്നുന്നുണ്ടെങ്കിൽ നമ്മളാരെയെങ്കിലും അതേ അളവിൽ മണ്ടരാക്കിക്കൊണ്ടിരിക്കുന്നുണ്ടോ എന്നൊന്ന് ചിന്തിക്കുന്നത് നല്ലതാണ് എന്നു ഞാൻ വെറുതെ ഓർത്തു.

ജീവിതത്തിന്റെ തമാശകൾക്കിടയിൽ പെട്ട് ഞാനും കുവൈറ്റിലെ ഒരു സ്കൂളിൽ എത്തപ്പെട്ടു. പണ്ടൊക്കെ ആണ്ടിൽ ഒന്നോ രണ്ടോ ആഘോഷങ്ങളിൽ ഒതുങ്ങി നിന്നിരുന്ന സ്കൂളുകൾ ഇപ്പോൾ എല്ലാ മാസവും ആഘോഷങ്ങൾ നടത്തുന്ന സ്ഥലങ്ങളായി മാറി എന്നു ഞാൻ കണ്ടെത്തി. കെ. ജി. ക്ലാസ്സിലെ ഒരു ടീച്ചർ എന്നോട് പറഞ്ഞത്, കിട്ടുന്ന ശമ്പളം മുഴുവൻ ഡ്രസ് കോഡിനനുസരിച്ചുള്ള ഡ്രസ് വാങ്ങാനെ ഉള്ളൂ എന്നാണ്. അന്ന് 'ഹാറ്റ് ഡേ' ആയിരുന്നത് കൊണ്ട് നല്ലൊരു തൊപ്പിയും കോട്ടും ഒക്കെ ധരിച്ചായിരുന്നു ആൾടെ നിൽപ്പ്.

ഒരു ടീച്ചർ വന്നില്ലെങ്കിൽ പകരമായി മറ്റൊരാൾ പോകണം എന്നതായിരുന്നു സ്കൂളിലെ ഒരു കീഴ്വഴക്കം. അവിടെ പാട്ടുപാടാം, കഥ പറയാം. കുട്ടികളെക്കൊണ്ട് കലാപരിപാടികൾ ചെയ്യിപ്പിക്കാം. ഒരു ദിവസം പകരക്കാരിയായി ഒരു ക്ലാസ്സിൽ പോയ മലയാളി ടീച്ചർ പ്രധാന പാട്ടുകാരനായ പയ്യനോട് ഒരു പാട്ടു പാടാൻ പറഞ്ഞു.

ഭൂരിഭാഗം കുട്ടികളും മലയാളികളായതിനാൽ പുതിയ പാട്ടു തന്നെ പാടി.

"ഞാനും ഞാനുമെന്റാളും ആ നാൽപ്പത് പേരും

പൂമരം കൊണ്ട് കപ്പലുണ്ടാക്കി

കപ്പലിലാണെ ആ കുപ്പായക്കാരി

കുപ്പായം പൊക്കി ഞാനൊന്ന് നോക്കി"

ടീച്ചറെന്നോട് പറഞ്ഞത് ആദ്യം പുള്ളിക്കാരി ഒന്നു ഞെട്ടിയെങ്കിലും തെറ്റിയതാണെന്നോർത്ത് മിണ്ടാതിരുന്നു എന്നാണ്. മനസ്സിലായ കുറച്ചു കുട്ടികളൊക്കെ ചിരിച്ചു. തുടർന്നും അതേപോലെ തന്നെ പിന്നെയും പാടിയപ്പോൾ ചിരി കൂടി. പിന്നെ പുള്ളിക്കാരിക്ക് പാട്ടു ഇടയ്ക്ക് വച്ച് നിർത്തിക്കേണ്ടി വന്നത്രെ.

ജൂൺ മാസം കടന്നു പോകുന്ന ഈ സമയത്ത് വീണ്ടും സ്കൂൾ ഓർമ്മകളും മദാമ്മയുടെ വീടും കടന്നു വരികയാണ്. മദാമ്മയുടെ വീടിന്റെ മുന്നിലൂടെയുള്ള വഴിയിലൂടെയായിരുന്നു ഞങ്ങൾ സ്കൂളിലേക്ക് നടന്നു പോയിരുന്നത്. കൃത്യം എട്ടര ആകുമ്പോൾ മദാമ്മ തന്റെ ഫിയറ്റ് കാറുമോടിച്ചു ജോലിക്ക് പോകും. മദാമ്മയെ കണ്ടില്ലെങ്കിൽ അന്ന് താമസിച്ചു പോയി എന്നാണർത്ഥം. മദാമ്മമാരൊക്കെ ജോലി ചെയ്തിരുന്ന ഏതു സ്ഥാപനമാണാവോ അക്കാലത്ത് കോട്ടയത്തുണ്ടായിണ്ടായിരുന്നത്?

മദാമ്മയുമായി ബന്ധപ്പെട്ട് ആരുമറിയാത്ത ഒരു രഹസ്യം എനിക്കുണ്ടായിരുന്നു. മദാമ്മയുടെ ഭർത്താവ് ഞങ്ങളുടെ പള്ളിക്കാരനായിരുന്നത് കൊണ്ട് കുട്ടിക്കാലത്ത് അമ്മച്ചിയുടെ കൂടെ അവരുടെ വീട്ടിൽ ഞാനൊരു പ്രാർത്ഥനയ്ക്ക് പോയിരുന്നു. പ്രാർത്ഥന കഴിഞ്ഞപ്പോൾ മദാമ്മ എല്ലാവർക്കും നെസ്കഫേ കാപ്പി കൊടുക്കുകയും കുട്ടിയായി ഞാൻ മാത്രം ഉണ്ടായിരുന്നത് കൊണ്ട്

എനിക്കു മാത്രം ചോക്ലേറ്റ് മിൽക്ക് തരികയും ചെയ്തിരുന്നു. ഈ രഹസ്യം എന്തു കൊണ്ടോ ഞാൻ എല്ലാവരിൽ നിന്നും മറച്ചു വെക്കുകയും ഒന്നുമറിയാത്ത പോലെ എല്ലാവരുടെയും കൂടെ ജനലിൽ കൂടി മദാമ്മയുടെ വീട്ടിലേക്കു നോക്കുകയും ചെയ്തത് ഇപ്പോൾ തന്നെയാണോ എന്നു തോന്നുന്നു.

ഓർമ്മകൾ വീണ്ടും വർത്തമാനത്തിൽ എത്തുകയും തിരികെ വഴികൾ അവസാനിക്കുന്നിടത്തുള്ള മതിലിൽ എത്തിച്ചേരുകയും ചെയ്തു. നേർരേഖയിലല്ലാതെ ചാക്രികമായി ചലിക്കുന്ന കാലചക്രത്തെപ്പോലെ. സ്വാതന്ത്ര്യങ്ങളുടെ അവസാനത്തിന്റെ ആ പ്രതീകത്തിൽ നിന്നും വായനയുടെയും അറിവിന്റെയും ലോകത്തിലേക്കുള്ള സഞ്ചാരമായിരുന്നിരിക്കണം സ്വയമറിയാതെ നടന്നത്. മറക്കാനാവാത്ത, ഇപ്പോഴും ഓർത്താൽ ചിരിക്കുന്ന ചില ചിരി ഓർമ്മകൾ പങ്ക് വയ്ക്കാൻ ശ്രമിച്ചതാണ്. ചിരിക്കണമെങ്കിലും ഒന്നുരണ്ടു കാര്യങ്ങൾ അത്യാവശ്യമാണ്. ഒന്നാമത് ചിരിപ്പിക്കുന്നവർക്ക് കൊടുക്കുന്ന വില. രണ്ടാമത് കുട്ടികളെപ്പോലെ എല്ലാം മറന്ന് ചിരിക്കാനുള്ള കഴിവ്. വീണ്ടും കുട്ടികളിലെത്തി ചേരുന്നു. ആദ്യമായി എന്നെ അത്ഭുതപ്പെടുത്തിയ, പിടിച്ചു നിർത്തിയ, പിന്നെ കൂട്ടുകാരിയായ നഴ്സറി കുട്ടിയുടെ വാക്കുകൾ ഓർമ്മയിലെത്തുന്നു. അതും സമയത്തിന്റെ നേർ രേഖയിലുള്ള ചലനവുമായി ബന്ധപ്പെട്ടത്. "എനിക്കു നാളെ പനിയാണ്. ഞാൻ നാളെ വരില്ല."

7. മരുന്നിന്റെയും മരണത്തിന്റെയും മണമുള്ള വാർത്തകളായിരുന്നു ചുറ്റും

സ്കൂളിന് അവധി തന്നപ്പോൾ സ്റ്റാഫുകൾ വിശ്വാസം വരാത്ത അവസ്ഥയിലായിരുന്നു. ഒരു മിനിറ്റ് താമസിച്ചാൽ വിശദീകരണക്കത്ത് കൊടുക്കേണ്ടിയിരുന്ന സ്കൂൾ, കൊറോണ കാരണം അഞ്ചു മാസത്തേക്ക് അടയ്ക്കാൻ പോകുന്നു എന്ന് കേട്ട് അധ്യാപകർ ഒരിക്കലും സംഭവിക്കാനിടയില്ലാത്ത അത്ഭുതം നടന്ന അവസ്ഥയിലായി. എങ്ങനെ പോർഷൻ തീർക്കും എന്ന് പല ടീച്ചേഴ്സും ഓഫീസ് റൂമിൽ വന്ന് എന്നോട് ചോദിച്ചു. അവരെ വിശ്വസിപ്പിക്കുക എന്നത് ഏതാണ്ട് അസാധ്യമായിരുന്നതിനാൽ ഞാൻ വെറുതെ ചിരിച്ചു. കുവൈറ്റിലെ മിക്കവാറും എല്ലാ സ്വകാര്യ സ്ഥാപനങ്ങളുടെയും അവസ്ഥ ഒരു പോലെയായിരുന്നു.

ഇറാനിൽ നിന്നു വന്ന കുറച്ചു കുവൈറ്റികൾക്കു മാത്രമുണ്ടായിരുന്ന കോവിഡ് ഫെബ്രുവരി അവസാനമായപ്പോഴേക്കും മറ്റ് സ്ഥലങ്ങളിലേക്കും വ്യാപിച്ചു. ഇറാനിൽ നിന്നു വന്നവരെ ഐസൊലേറ്റ് ചെയ്തിരുന്നെങ്കിലും വിമാനയാത്ര നിരോധിക്കാഞ്ഞതു കൊണ്ട് അവിടവിടെയായി സ്വദേശികളിലും വിദേശികളിലും രോഗം കണ്ടുതുടങ്ങി. പെട്ടെന്നൊരു ദിവസം അപ്രതീക്ഷിതമായി ലോക്ക്ഡൌൺ പ്രഖ്യാപിക്കപ്പെട്ടു. ആദ്യം ലോക്ക്ഡൌണിലായ രാജ്യങ്ങളിലൊന്നായിരുന്നു കുവൈറ്റ്. ഒന്നും മനസിലാവുന്നതിന് മുന്പ് ഓരോരുത്തരും അവനവന്റെ തുരുത്തുകളിൽ ഒറ്റപ്പെട്ടു. വർഷങ്ങളായി നടന്നു വന്നിരുന്ന കാര്യങ്ങൾ ഒരൊറ്റ ദിവസം കൊണ്ട് മാറി മറിഞ്ഞു.

കൊച്ചു കൊച്ചു സന്തോഷങ്ങൾ അപ്രതീക്ഷിതമായി ഇല്ലാതായി. ജനാലയിലൂടെ കാണുന്നത് റോഡിന് അപ്പുറമുള്ള ഒരു മോസ്ക് ആണ്. രാത്രികളിലും പകൽ പോലെ വെളിച്ചമാണവിടെ. സ്കൂളടച്ചു രണ്ടു ദിവസം കഴിഞ്ഞു മോസ്ക്കുകളും അടച്ചു. പ്രതീക്ഷിച്ചിരുന്നെങ്കിലും വെളിച്ചമണഞ്ഞത് സങ്കടമായി. മോസ്ക്

കഴിഞ്ഞു, പിന്നൊരു മൈതാനവും കഴിഞ്ഞു, അപ്പുറത്തുള്ള മെയിൻറോഡിലെ വഴിവിളക്കുകളും, അവിടുള്ള അറബിസ്കൂളിലെ വെളിച്ചവും ചേർന്നു ഇരുട്ടിനെ അകറ്റിയെങ്കിലും എല്ലാം തുറന്നു സാധാരണ നിലയിലാകുന്നത് ഒരു പ്രതീക്ഷയായിട്ട് തന്നെയാണ് ഇപ്പോഴും. ഒരർത്ഥവുമില്ല എന്ന് കരുതിയ കാര്യങ്ങൾ ഇല്ലാതാവുന്നതു അകാരണങ്ങളായ എന്തൊക്കെ ദുഖങ്ങളാണ് സമ്മാനിക്കുന്നത്.

വെറുതെ പറഞ്ഞു പോയ വാക്കുകളോർത്തു നൊമ്പരപ്പെടുന്ന ടീച്ചേഴ്സും എന്റെ മുന്പിലെത്തിപ്പെട്ടു. അവധി കിട്ടുന്നതിന് ഒരാഴ്ച മുൻപു, സിഗരറ്റു വലിച്ചതിനു പിടിക്കപ്പെട്ട അഞ്ചാം ക്ലാസ്സുകാരനോട് ഒരിക്കലും സംഭവിക്കില്ല എന്ന് കരുതി, നിന്റെ ശരീരം മുഴുവൻ കൊറോണ വൈറസ് നശിപ്പിക്കും എന്ന് പറഞ്ഞു ഞങ്ങളെ പൊട്ടിച്ചിരിപ്പിച്ച അറുപതു കഴിഞ്ഞ ടീച്ചർ, പനി പിടിച്ച ഒരു കുട്ടിയെ വഴക്കു പറഞ്ഞതോർത്തു വിഷമിക്കുന്ന മറ്റൊരു ടീച്ചർ. ഒരു മാസം കഴിഞ്ഞു ഓഫീസ് ജോലിക്കാരെ വെട്ടിക്കുറച്ചു രണ്ട് പേരിലൊതുക്കി. അങ്ങനെ തത്കാലം ജോലിയില്ലാതെ ഞാൻ വീട്ടിലിരിപ്പും തുടങ്ങി. പിന്നീട് അധ്യാപകരെയും വെട്ടിക്കുറച്ചു. ബാക്കി വന്നവരെക്കൊണ്ട് ഒരു സമയനിഷ്ഠയുമില്ലാതെ ഓൺലൈൻ ക്ലാസ്സുകൾ എടുപ്പിച്ചു. പിന്നെ അവർക്ക് പകുതി ശമ്പളം കൊടുത്തു. ചില സ്വകാര്യ സ്ഥാപനങ്ങളും ജീവനക്കാരെ വെട്ടിക്കുറച്ചു. ചില കമ്പനികൾ ശമ്പളം പകുതിയാക്കി, ചിലർ ഒന്നും കൊടുത്തതുമില്ല. ജോലിയും ശമ്പളവുമില്ലാതെ വീട്ടിലിരിക്കുന്നവരുടെ എണ്ണം ദിവസവും കൂടി വന്നു. ഒരാഴ്ച കഴിഞ്ഞു ഭർത്താവിനും അവധിയായി. ഭർത്താവ് ഗവൺമെന്റ് ജോലിക്കാരനായതിനാൽ മറ്റ് ബുദ്ധിമുട്ടുകളൊന്നുമുണ്ടായില്ല. എങ്കിലും ഗവൺമെന്റ് ജോലിക്കാരെ പിരിച്ചു വിടാൻ പോവുകയാണെന്ന വാർത്തകളും ഒളിഞ്ഞും തെളിഞ്ഞും പലരും പറഞ്ഞു.

ഉപയോഗിച്ച് കൊണ്ടിരുന്ന പല സാധനങ്ങളും കിട്ടതായതും ബുദ്ധിമുട്ടുകൾ ഉണ്ടാക്കി. അതുകൊണ്ട് ഓൺലൈനിൽ പാസ്

എടുത്തു ഒരു ദിവസം സിറ്റി സെൻററിൽ പോയി. രണ്ടു പേർക്കേ ഒരു കാറിൽ എവിടെയും പോകാൻ അനുവാദമുള്ളൂ. ടെംപറേച്ചർ നോക്കി നാലോ അഞ്ചോ കൂട്ടരെ അകത്തു വീടും. ഗ്ലൌസും മാസ്കും നിർബന്ധമായിരുന്നു. ബാക്കിയുള്ളവർ നല്ല വെയിലത്ത് കാത്തിരിക്കണം. ഭാഗ്യത്തിന് അകലം വിട്ടു കസേരകൾ ഇട്ടിട്ടുണ്ടായിരുന്നു. കാത്തിരിപ്പിനൊടുവിൽ അകത്തു കയറി രണ്ടു മൂന്ന് മാസത്തേക്കുള്ള സാധനങ്ങൾ വാങ്ങി പോരുമ്പോൾ ഈ കാലം കടന്നു പോവാൻ എത്ര സമയം വേണ്ടി വരും എന്നറിയില്ലായിരുന്നു.

സത്യത്തിൽ ഞങ്ങളുടെ ഇരുപത്തിനാലു കൊല്ലത്തെ ജീവിതത്തിൽ ആദ്യമായിട്ടായിരുന്നു ഇത്തരമൊരു വിശ്രമകാലം കിട്ടുന്നത്. ഇപ്പോൾ രാത്രി ഇരുന്നു സിനിമ കാണാം, താമസിച്ചെഴുന്നേറ്റ് ബ്രഞ്ച് കഴിക്കാം. എന്നാൽ അടച്ചിട്ട വാതിലിനുള്ളിൽ ജീവിതം ക്രമേണ ഇടുങ്ങി മരവിച്ചു തുടങ്ങി. വൈകീട്ട് അഞ്ച് മുതൽ രാവിലെ ആറ് വരെയും, പിന്നെ വൈകിട്ട് നാല് മുതൽ രാവിലെ അഞ്ച് വരെയും, പിന്നെ മുഴുവൻ സമയവുമായി കർഫ്യൂ നീട്ടിയപ്പോൾ ദുരന്തം പൂർണമായി. എങ്ങുനിന്നെന്നയറിയാതെ ഞങ്ങൾക്കെല്ലാം ഒരു പനിയും പിടിച്ചു. ആശുപത്രിയിൽ പോകാനുള്ള ധൈര്യമില്ലാത്തതു കൊണ്ട് പാരസെറ്റമോൾ കഴിച്ചു മുഴവൻ സമയ കർഫ്യൂ കാലം എങ്ങനെയൊക്കെയോ കഴിച്ചു കൂട്ടി. പിന്നെ അറിഞ്ഞു, അതേ സമയം ഞങ്ങളുടെ മുകളിലത്തെ നിലയിൽ കോവിഡുണ്ടായിരുന്നെന്ന്. നഴ്സുമാർ കോവിഡ് ബാധിതരായി വീട്ടിലിരിക്കുന്നത് സ്ഥിരം സംഭവമായി. ആദ്യമൊക്കെ ആരും വിശ്വസിച്ചിരുന്നില്ലെങ്കിലും പിന്നീട് അടുപ്പമുള്ള പലർക്കും കോവിഡ് വന്നതായി അറിഞ്ഞു. ചുറ്റും എന്തൊക്കെയോ സംഭവിച്ചു. ഞങ്ങൾക്കു സംഭവിച്ചത് എന്താണെന്നു പോലും അറിയാൻ താല്പര്യമില്ലാത്തത് പോലെ മനസ് മരവിച്ചു. മകൻ തിരിച്ചെത്തിയിരുന്നതിനാൽ മുഷിപ്പ് അതിന്റെ പൂർണതയിൽ

ഞങ്ങൾ അനുഭവിച്ചില്ല എങ്കിലും വീട്ടിലിരിപ്പ് ഇത്രയും മുഷിപ്പനെന്ന് തിരിച്ചറിയുകയായിരുന്നു, പ്രത്യേകിച്ച്, ഒരിടത്തും പോകാനാവില്ല എന്നറിയുമ്പോൾ മടുപ്പ് ഇരട്ടിക്കുകയും ചെയ്യും.

സാമൂഹ്യ പ്രവർത്തകൻ കൂടിയായ ഒരു സുഹൃത്ത് ആയിടക്ക് ഒരു ദിവസം ഫോണിൽ വിളിച്ചു, പുള്ളിക്കാരൻ കണ്ട ദുരിതങ്ങളുടെ ഭാരം ഇറക്കിവെയ്ക്കാനെന്നോണം, എന്നോടു കുറെ സംസാരിച്ചു. എട്ടും ഒൻപതും ആളുകൾ ഡബിൾഡക്കർ കട്ടിലുകളിൽ താമസിക്കുന്ന മുറികളിൽ കോവിഡ് വ്യാപിച്ചതിന്റെ വിവരണങ്ങൾ സഹിക്കാവുന്നതിലപ്പുറമായിരുന്നു. ഇരിക്കാനും കിടക്കാനും വയ്യാതെ ഇടയ്ക്കിടെ ഓരോരുത്തർ വീണും കിടന്നും മരിക്കുന്നതിന്റെയും, മരുന്നിന്റെയും മരണത്തിന്റെയും മണമുള്ള മുറികളുടെയും വിവരണങ്ങൾ. നാട്ടിലെത്താൻ പറ്റാതെ മരിക്കേണ്ടി വന്നവരുടെ നെടുവീർപ്പുകൾ ശാപങ്ങളായി മാറാതിരുന്നെങ്കിൽ.

മോഡൽ പരീക്ഷകൾ തരാതെ ഈശ്വരൻ യഥാർത്ഥ പരീക്ഷകൾ തരില്ല എന്നു ഞാൻ വിശ്വസിച്ചിരുന്നു. പക്ഷേ മോഡൽ പരീക്ഷകളല്ല, ഇത്തവണ പകരം ഇൻറ്റർനെറ്റ് എല്ലാവരിലും എത്തിച്ചിട്ടാണ് കൊറോണ പരീക്ഷ തന്നത് എന്നത് ഒരു ആശ്വാസം തന്നെ. വാട്സാപ്പിൽ ആണ് ഏറ്റവും നല്ല തമാശകൾ അരങ്ങ് വാണത്. ചിരിയും ചിന്തയും ഇടകലർന്നവ. ഭാര്യയുമായുള്ള (ഭർത്താവുമായുള്ള) ജീവിതം എത്ര ബുദ്ധിമുട്ടാണെന്നും അതേ സമയം ഭാര്യയില്ലാതെ (ഭർത്താവില്ലാതെ) ഉള്ള ജീവിതം അതിനേക്കാൾ ബുദ്ധിമുട്ടാണെന്നും മനസ്സിലാക്കി തന്നു കോറോണക്കാലം എന്നായിരുന്നു ഒരാളുടെ കണ്ടുപിടുത്തം.

പെൺകുട്ടികളുടെ സ്കൂൾ, കോളേജ് ഗ്രൂപ്പുകളിൽ, രാത്രി ചാറ്റിങ്ങിൽ വന്നു രഹസ്യങ്ങളും തമാശകളും പറഞ്ഞു മദ്ധ്യവയസ്കർ വീണ്ടും കുട്ടികളായി. സ്ത്രീകൾ ഇങ്ങനെയൊക്കെ തുറന്നു പറയാൻ

മുൻപെ സഞ്ചരിച്ചവർ എത്ര സഹിച്ചിട്ടുണ്ട് എന്നവർ ഓർക്കുന്നുണ്ടാവുമോ? അറിയില്ല.

അമേരിക്ക പൊളിയല്ലേ എന്നു പറഞ്ഞിരുന്ന മകൻ കേരളം പൊളിയല്ലേ എന്നു പറയാൻ തുടങ്ങി. എന്തു വന്നാലും നാട് മതി എന്നൊരു ചിന്ത പതിയെ എല്ലാവരിലും തത്കാലമെങ്കിലും ഉയർന്നു തുടങ്ങി. നാട്ടിലെത്തിപ്പെടാൻ പറ്റാത്തതിന്റെ പരിഭവം എല്ലായിടത്തും ഉണ്ടായിരുന്നു.

അത് വരെയുണ്ടായിരുന്ന സ്വപ്നങ്ങൾക്ക് അർത്ഥമില്ലാതായി. പ്രണയഗാനങ്ങൾ അർത്ഥശൂന്യങ്ങളായി. കുറച്ചു സമയം കിട്ടിയാൽ ജനലിലൂടെ കാണാൻ കൊതിച്ചിരുന്ന സന്ധ്യാകാഴ്ചകൾ വിരസങ്ങളായി, രാത്രികൾ പോലീസ് ജീപ്പിന്റെയും, ആംബുലസുകളുടെയും വെളിച്ചം കൊണ്ട് നിറഞ്ഞു.

കോറോണക്കാലത്തിന്റെ മറ്റൊരു പ്രത്യേകത ശരീരം കൊണ്ട് മാത്രമല്ല, മനസ് കൊണ്ടും അതിജീവിക്കാൻ കരുത്തുള്ളവരെ മാത്രമേ അത് ബാക്കി വെക്കുന്നുള്ളൂ എന്നതാണ്. ജോലിയും ശമ്പളവുമില്ലാത്തവർ കൊറോണയെ അതിജീവിച്ച് ജീവിതത്തിലേക്ക് ആത്മവിശ്വാസത്തോട് കൂടി മടങ്ങുമ്പോൾ പണത്തിന് മീതെ ഇരിക്കുന്ന കുട്ടികളുൾപ്പടെ പലരും ആത്മഹത്യ തിരഞ്ഞെടുക്കുന്നതും കാണേണ്ടി വന്നു.

ഏതു രാത്രിക്കും ഒരു പകലുണ്ടാകാതെ വയ്യല്ലോ. ജൂൺ മാസമായപ്പോൾ കർഫ്യൂ സമയം കുറച്ചു. രാവിലെ ആറ് മുതൽ ആളുകൾ ഇറങ്ങി തുടങ്ങി. രാവിലെ മൈതാനത്തിൽ നടക്കാനിറങ്ങുന്നവരെ കാണുമ്പോൾ സന്തോഷം തോന്നി. പിന്നെ രാവിലെ അഞ്ച് മുതൽ രാത്രി എട്ട് വരെ ഇളവ് കിട്ടി. ആളിപ്പടർന്ന കൊറോണ വൈറസിനെ പിടിച്ചു കെട്ടാൻ കുവൈറ്റ് ഗവർമെന്റിന് കഴിഞ്ഞു. അൻപത് ഡിഗ്രീ കഴിഞ്ഞ ചൂടും ഒരു കാരണമായിരുന്നിരിക്കണം.   മുന്നറിയിപ്പുകൾ കൊണ്ടും

സഹായങ്ങൾ കൊണ്ടും അവർ സ്വദേശികളെയും വിദേശികളെയും താങ്ങി നിർത്തി. കോറോണയും വലിയ പ്രശ്നങ്ങളൊന്നുമുണ്ടാക്കാതെ പോയി തുടങ്ങി. കൊറോണ വൈറസല്ല, ലോകത്തെ ശുദ്ധീകരിക്കുന്ന ആൻറി വൈറസാണ് എന്നൊരു സുഹൃത്ത് ഫേസ്ബുക്കിലെഴുതിയത് ശരിയാണെന്നും തോന്നാതിരിക്കുന്നില്ല.

കൊറോണ എന്ന പേര് ഞാൻ ആദ്യമായി വായിച്ചത് ഒരു സൂര്യഗ്രഹണ ദിവസമായിരുന്നു. എപ്പോഴും കിരീടം പോലെ കൂടിയും കുറഞ്ഞും സൂര്യനിൽ നിന്നു പുറപ്പെടുമെങ്കിലും ഗ്രഹണ സമയത്താണ് നമുക്ക് കാണാൻ എളുപ്പം. രണ്ടാം തലമുറ നക്ഷത്രമായ സൂര്യനെയും, അതിനു ചുറ്റുമുള്ള ഗ്രഹങ്ങളെയും, ക്ഷീരപഥത്തിലെ നക്ഷത്രസമൂഹങ്ങളെയും, പ്രപഞ്ചത്തെയും ഇത്രയും കൃത്യമായി കാലാകാലം നടത്തിപ്പോരുകയും, നക്ഷത്രങ്ങളുടെ സഞ്ചാര രഹസ്യങ്ങളും അവ നമ്മുടെ ലോകത്തിനും മനുഷ്യനുമുണ്ടാക്കുന്ന സ്വാധീനങ്ങളുടെ രഹസ്യങ്ങളും മനുഷ്യന് വെളിപ്പെടുത്തി തരികയും ചെയ്ത ഈശ്വരൻ മനുഷ്യനെ വീണ്ടും ശത്രുക്കളിൽ നിന്നും കാത്തു രക്ഷിക്കും എന്നു വിശ്വസിക്കാതിരിക്കാൻ ഒരു കാരണവും കാണുന്നുമില്ല.

8. ജീവിതത്തിലെ ഇടവേളകൾ

ഇടവേള എന്നു കേൾക്കുമ്പോൾ ആദ്യം ഓർമ്മയിൽ എത്തുന്നത് തീർച്ചയായും തീയേറ്ററിൽ സിനിമയ്ക്കിടയിൽ ഇടവേള എന്നെഴുതി കാണിക്കുന്നതായിരിക്കും. സിനിമയിൽ മാത്രമുണ്ടായിരുന്ന ഇടവേള സാധാരണക്കാരുടെ ജീവിതത്തിൽ എത്തിച്ചേർന്നത് കോറോണക്കാലത്ത് തന്നെ. അതിഭയങ്കരമായി കഠിനാദ്ധ്വാനം ചെയ്തില്ലെങ്കിലും വല്യ കുഴപ്പമൊന്നും ഉണ്ടാകാൻ പോകുന്നില്ല എന്നു തിരിച്ചറിഞ്ഞ കാലം. ബുദ്ധിപരവും സന്തോഷം നല്കുന്നതുമായ കഠിനാദ്ധ്വാനങ്ങളേയും ജീവിതത്തിൽ സ്വീകരിക്കാവുന്നതാണ് എന്നും തോന്നുന്നുണ്ട്.

കുട്ടിക്കാലത്ത് അവധിക്കാലങ്ങളായിരുന്നു ഇടവേളകൾ. മറ്റൊരു ഇടവേളകൾക്കും സാദ്ധ്യത ഇല്ലാതിരുന്നത് കൊണ്ട് അവധിക്കാല ഇടവേളകൾ ശരിക്കും സന്തോഷിച്ചിരുന്നു. പുസ്തകങ്ങൾ, യാത്രകൾ, ആഘോഷങ്ങൾ ഒക്കെ സന്തോഷങ്ങളായി മാറി. കുറച്ച് ഓർമയായപ്പോൾ മുതൽ വരാൻ പോകുന്ന കഠിനാദ്ധ്വാനകാലങ്ങൾക്ക് വേണ്ടി മനസിനെ പാകപ്പെടുത്തുക എന്നൊരു കാര്യവും അവധിക്കാലത്ത് ചെയ്തിരുന്നു. മുന്നൊരുക്കങ്ങൾ വരാൻ പോകുന്ന കാലത്തെ കുറച്ചൊന്നു എളുപ്പമാക്കാറുണ്ട്. അതായത് രണ്ടായിരത്തിഇരുപതിലെ ഒന്നാം കൊറോണ തരംഗത്തിനും ഇരുപത്തൊന്നിലെ രണ്ടാം തരംഗത്തിനുമിടയ്ക്ക് താരതമ്യേന ആശ്വാസത്തിന് വകയുള്ള ഒരിടവേള ഉണ്ടായിരുന്നു. ഇടവേളകൾ നന്നായി ഉപയോഗിക്കാതിരുന്നാലുണ്ടാവുന്ന ദുരിതത്തിനുദാഹരണമാണ് രണ്ടാം തരംഗത്തിന്റെ ഭീകരത.

തികച്ചും അപ്രതീക്ഷിതങ്ങളായ കാര്യങ്ങളാണ് ഓരോ ദിവസവും നമുക്കായി കരുതി വെയ്ക്കുന്നത് എന്നത് മറക്കുന്നുമില്ല. അതായത്

വളർന്നു വലുതാകുന്ന കാലം എന്ന പ്രധാനപ്പെട്ട ഇടവേള. സുഹൃത്തുക്കളുടെയും പ്രണയികളുടെയും രൂപത്തിൽ ജീവിതത്തിന്റെ ഗതി മാറ്റി വിടുന്നവർ ആഗതരാവുന്ന ജീവിതയാത്രയിലെ സമയം.

വിദ്യാഭ്യാസകാലം അങ്ങനെയൊക്കെ കടന്നു പോയി കഴിയുമ്പോൾ ജീവിതയാഥാർത്യങ്ങളിലേക്ക് കടക്കുന്നകാലമെന്ന ഇടവേള. തിരഞ്ഞെടുപ്പിന്റെ അക്കാലം ചിലർ സമൂഹത്തിന്റെ ഒഴുക്കിനനുസരിച്ച് പോകാം എന്നു തീരുമാനിക്കും. ചിലർ സ്വന്തം ആത്മാവിന്റെ ശക്തമായ വിളി അവഗണിക്കാൻ കഴിയാതെ വ്യത്യസ്തങ്ങളായ പാതകൾ സ്വീകരിക്കും. ചിലർ എന്താണ് സംഭവിക്കുന്നത് എന്നു മനസ്സിലാവാത്ത അവസ്ഥയിൽ എത്തിച്ചേരുകയും ചെയ്യും. ഏതു പാതയ്ക്കും അതിന്റേതായ സുഖങ്ങളും ദുഃഖങ്ങളും ഉണ്ട്.

സന്തോഷങ്ങളുടെയും ദുഃഖങ്ങളുടെയും ഇടവേളകൾ എല്ലാ കാലത്തും ഉണ്ടാകാറുണ്ട്. സന്തോഷകാലങ്ങളിൽ എല്ലാം മറന്ന് ഇതൊന്നും അവസാനിക്കരുതേ എന്നാഗ്രഹിക്കുമ്പോൾ ദുഃഖകാലങ്ങൾ എത്രയും പെട്ടെന്ന് അവസാനിക്കണേ എന്നാണാഗ്രഹിക്കുക. കാഴ്ചപ്പാടുകൾ മാറ്റിയെടുക്കുക, മാറ്റമില്ലാത്തത് മാറ്റം മാത്രം തുടങ്ങിയ ചിന്തകൾ കൊണ്ട് മാറ്റാൻ ശ്രമിച്ചാലും ദുഃഖകാലങ്ങൾ അങ്ങനൊന്നും പോകില്ല. ജ്യോതിഷം പറയുന്നത്, മോശംകാലം നല്ലകാലത്തെ പ്രവൃത്തികളുടെ ഫലമാണ് എന്നാണ്. പ്രവൃത്തി നല്ലതാണെങ്കിൽ മോശംകാലം അത്ര മോശമാവില്ല എന്നു പറയും. എന്തായാലും പഠിക്കാനുള്ളത് പഠിച്ചാലെ ദുഃഖകാലം അകന്നു പോവുകയുള്ളൂ. പെമ ചോഡ്രൺ എന്ന അമേരിക്കക്കാരിയായ ബുദ്ധിസ്റ്റ് ഗുരു പറയുന്നത് "എന്താണോ നമ്മൾ പഠിക്കേണ്ടത് ആ പാഠം പഠിപ്പിക്കാതെ ഒന്നും തന്നെ മാറിപ്പോവില്ല" എന്നാണ്.

എഴുത്തിന്റെ വഴി തിരഞ്ഞെടുക്കേണ്ടി വരുന്നവരെക്കുറിച്ച് പറയുന്നത്, ഒന്നുകിൽ അവർ എഴുതിക്കൊണ്ടിരിക്കും അല്ലെങ്കിൽ എഴുത്തിനെക്കുറിച്ച് ചിന്തിച്ചു കൊണ്ടിരിക്കും എന്നാണ്. എഴുതുന്നതും എഴുതാതിരിക്കുന്നതും ഓരോ തരത്തിൽ ഇടവേളകൾ തന്നെ. ഒന്നും ചെയ്യാതിരിക്കുമ്പോഴാണല്ലോ സ്വന്തം കഴിവുകളെക്കുറിച്ച് പോലും വ്യക്തമായ ഒരു ധാരണ കിട്ടുന്നത്.

ഇടവേളകളുടെ മറ്റൊരു പ്രത്യേകത, ഉള്ളിന്റെ ഉള്ളിൽ നമുക്കറിയാം ഇക്കാലം എപ്പോഴവസാനിക്കും എങ്ങനെ അവസാനിക്കും, എന്നതാണ്. സ്വയമറിയാതെ നമ്മൾ പല പദ്ധതികളും മനസ്സിൽ ഉയർത്തുകയും ചെയ്യും. എന്നാൽ ഒരു പദ്ധതിയും ഉണ്ടാക്കാനാവാതെ മനസ്സ് ശൂന്യമായി പോകുന്ന ഒന്നാം കോവിഡ്കാലത്തെപ്പോലുള്ള കാലങ്ങളും അപൂർവമായി ജീവിതത്തിൽ ഉണ്ടാകാറുണ്ട്.

പ്രവാസവും ഒരു തരത്തിൽ ഇടവേള തന്നെയാണ്. ദുഃഖം തന്ന സാഹചര്യങ്ങളിൽ നിന്നും ആളുകളിൽ നിന്നുമുള്ള ഒളിച്ചോട്ടം, അല്ലെങ്കിൽ കുടുംബത്തിന്റെ കൂടുതൽ മെച്ചപ്പെട്ട സൌകര്യങ്ങൾക്ക് വേണ്ടിയുള്ള പ്രവാസം, അതുമല്ലെങ്കിൽ ഏതൊക്കെയോ കർമ്മബന്ധങ്ങളിൽ എത്തിച്ചേരാനുള്ള സ്വയമറിയാത്ത സഞ്ചാരം. എവിടെയായാലും സന്തോഷങ്ങളുടെ താക്കോൽ നമ്മുടെ മനസ്സ് തന്നെയാണെന്ന് പിന്നീട് മനസ്സിലാകും.

രോഗകാലങ്ങളും ആരോഗ്യമുള്ള കാലങ്ങളുമാണ് മറ്റൊന്ന്. രോഗകാലവും തെറ്റുകൾ തിരുത്തപ്പെടേണ്ട അവസരങ്ങൾ തന്നെ. ചിലപ്പോഴെങ്കിലും മറ്റൊരു വഴി തിരഞ്ഞെടുക്കേണ്ട കാലവും. കാരണം സഞ്ചരിച്ചു കൊണ്ടിരിക്കുന്ന വഴി രോഗാവസ്ഥയ്ക്ക് ഒരു തരത്തിലും സഹായമാവില്ല എന്ന തിരിച്ചറിവ് തന്നെ.

ഒരു തരത്തിൽ പറഞ്ഞാൽ ജീവിതം തന്നെ ഒരിടവേള അല്ലേ? "ഭൂമി ഏതെങ്കിലും ഗ്രഹത്തിന്റെ നരകമാണോ?" എന്നു ഒരുപാട്

പുരോഗമിച്ച സംസ്കാരമുള്ള ഒരു ഗ്രഹത്തിലെ കാർട്ടൂൺ കണ്ടിട്ടു മോൻ ചോദിച്ചിരുന്നു. ആയിരിക്കാം. മൃത്യുലോകത്തിലെ ഇടവേള. ചൊവ്വാഗ്രഹത്തിൽ പോലും കോളനി നിർമ്മിക്കാൻ ശ്രമിക്കുമ്പോൾ, അവതാരങ്ങൾ എവിടെനിന്നൊക്കെയോ വന്നവരാവാം എന്നും കരുതാം. എന്തായാലും നമുക്കു കിട്ടിയിട്ടുള്ള ഉപദേശങ്ങൾ സ്നേഹത്തെക്കുറിച്ചും, ക്ഷമയെക്കുറിച്ചും, നന്മയെക്കുറിച്ചും ആയിരിക്കുന്നിടത്തോളം കൂടുതൽ ചിന്തിക്കേണ്ടതില്ല. ഇടവേളകൾ നല്ലതായി ഉപയോഗിക്കുക. നന്മകൾ കാത്തിരിക്കുന്നുണ്ടാവും.

9. ഓർമ്മനിലാവ്

കോട്ടയം പട്ടണത്തിന്റെ പ്രധാനനിരത്തുകളിൽ നിന്ന് വശങ്ങളിലൂടെ അകത്തേക്ക് പോകുന്ന അനേകം വഴികളിലൊന്നിലെ ഒരു വീട്ടിൽ നിന്ന് നോക്കുമ്പോൾ കാണുന്ന, ഒരു തുണ്ട് ആകാശത്തിലേക്കുയരുന്ന വർണ്ണശബളങ്ങളായ പട്ടങ്ങളായിരുന്നു എന്റെയും അനിയത്തിയുടെയും ആദ്യത്തെ ഓണകൌതുകം. അവിടെയുള്ള കുട്ടികളൊക്കെ എപ്പോഴും പഠിക്കുന്നവരും, കട്ടിക്കണ്ണടച്ചില്ലിലൂടെ ചിരിക്കാതെ പരസ്പരം നോക്കുന്നവരും ആയിരുന്നു. കുറച്ചു മാറിയുള്ള ഒരു മൈതാനത്ത് എവിടെനിന്നോ വരുന്ന കുറെ കുട്ടികൾ കളിക്കുന്നുണ്ട് എന്ന് ഞങ്ങൾക്കറിയാമായിരുന്നു. അവരുടേതായിരുന്നു വെള്ളയും കറുപ്പും മേഘങ്ങളുള്ള നീലാകാശത്തിലെ വർണ്ണപ്പകിട്ടാർന്ന പട്ടങ്ങൾ. പിന്നെ അടുക്കളയിലെ കുറച്ചു ബഹളങ്ങളും, ഉപ്പേരിയും പായസവും. ആരുടെയൊക്കെയോ ഓണം. അങ്ങനിരിക്കെ മൂന്നാംക്ലാസ്സിലെ ഓണവധിക്ക് മുറ്റത്തെ പേരമരത്തിലെ വലിയൊരു കൊമ്പിൽ പപ്പ ഒരൂഞ്ഞാൽ കെട്ടിത്തന്നു. അങ്ങനെ ഞങ്ങളും ഓണത്തുമ്പികളെപ്പോലെ ആടിയും പട്ടങ്ങൾക്കൊപ്പം മനസ്സിനെ പറത്തിയും ഓണത്തിന്റെ ഭാഗമായി.

അടുത്തവർഷം മുതൽ ഓണപ്പൂവിടീൽ ഞങ്ങൾ ഞങ്ങളുടെ ഓണാഘോഷങ്ങളുടെ ഭാഗമാക്കി. പിന്നീടുള്ള വർഷങ്ങളിൽ ഉദ്യോഗസ്ഥരുടെ ഇടയിൽ കമ്മ്യൂണിസം വന്നു. കുട്ടികളൊക്കെ പരസ്പരം ചിരിച്ചു തുടങ്ങി. ഓണപ്പൂക്കളമത്സരങ്ങൾ നടത്തി. തേങ്ങാപ്പീരയിലും, ഉപ്പുകല്ലിലും വരെ നിറങ്ങൾ കലർത്തി ഞാനും, പപ്പയും, അനിയത്തിയും ചേർന്നിട്ട പൂക്കളങ്ങൾ പലപ്പോഴും സമ്മാനം നേടി. പിന്നീട് എല്ലാ ഓണസന്തോഷങ്ങളെയും കാറ്റിൽ പറത്തി വിഡ്ഢിപ്പെട്ടി എന്ന് അക്കാലത്തെ ചില ബുദ്ധിജീവികൾ വിളിച്ച ടെലിവിഷൻ അവതരിച്ചു. പിന്നീട് വരുന്ന എല്ലാ

വർഷങ്ങളിലേക്കുമായി കുട്ടികൾ അവരുടെ സന്തോഷങ്ങളെ ടെലിവിഷനിലേക്കു ബന്ധിപ്പിച്ചു. അന്നൊന്നും ബംഗാളികൾ കേരളത്തിൽ ജോലിക്ക് വന്നിരുന്നില്ല. ഇന്ന് ബംഗാൾ ചെയ്യുന്നത് നാളെ ഇന്ത്യ ചെയ്യും എന്ന് മിക്കവാറും ഇടത്തരക്കാരും, വിവർത്തനങ്ങൾ വായിക്കുന്നവരും അക്കാലത്ത് വിശ്വസിച്ചിരുന്നു. സലിൽ ചൌധരിയുടെ ഓണപ്പാട്ടുകൾ മാത്രം ഇന്നത്തെപ്പോലെ അന്നും 'ഓണംഫീൽ' നല്കുന്നതിൽ പ്രധാന പങ്ക് വഹിച്ചു.

'പൂവിളി പൂവിളി പൊന്നോണമായി'

'ഓണപ്പൂവേ പൂവേ പൂവേ ഓമൽപ്പൂവേ പൂവേ പൂവേ'

തുടങ്ങിയ പാട്ടുകൾ ഇന്നത്തെപ്പോലെ അന്നും പ്രധാന ഓണപ്പാട്ടുകൾ ആയിരുന്നു.

ഞങ്ങളുടെ സ്ട്രീറ്റിലെ കുട്ടികൾ മിക്കവാറും എല്ലാവരും കോളേജ് അദ്ധ്യാപകരായി. കുറേപ്പേർ ഡോക്ടർമാരും, എൻജിനീയർമാരുമായി. ബാക്കി വന്നവർ ഗൾഫിലെത്തി. അക്കൂട്ടത്തിലായിരുന്നു ഞാനും.

പക്ഷേ, ഓണക്കാലമെങ്ങനെ കുട്ടികളുടെ മനസ്സിലെത്തിക്കും എന്നെനിക്ക് ഒരു പിടിയും കിട്ടിയിരുന്നില്ല. ഓണത്തിന് സ്വയം എടുക്കുന്ന ആകെ ഉള്ള ഒരു അവധി ദിവസം കുറച്ചു ഓണക്കറികളും പായസവുമുണ്ടാക്കും. എന്നാൽ തിരുവോണം കഴിഞ്ഞു അവിട്ടത്തിനും, ചതയത്തിനും ബാക്കി വന്ന കറികൾ കൂട്ടി ഊണ് കഴിക്കുമ്പോൾ "ഓണം വേണ്ടായിരുന്നു, മീനെവിടെ?" എന്ന് ചോദിച്ചു ചിണുങ്ങുന്ന മകനോട് "ഇന്നും കൂടി നോക്കാം മാവേലി വരുമോന്ന്" എന്ന് ഭീഷണിയുടെ സ്വരത്തിൽ ആശ്വസിപ്പിക്കും.

കാലം വീണ്ടും മുൻപോട്ടുരുണ്ടു. അനിവാര്യങ്ങളായ ചില മാറ്റങ്ങൾ മുതിർന്നവരെയും, കുട്ടികളെയും ഒരുപോലെ മാറ്റിമറിച്ചു. ടി.വി.ഓണം, നെറ്റോണത്തിന് വഴിമാറി. വിഷ്ണുവിന്റെ അഞ്ചാമത്തെ

അവതാരമായ വാമനൻ മഹാബലിയെ പാതാളത്തിലേക്കയച്ച ശേഷം അവതാരമെടുത്ത പരശുരാമനാൽ സൃഷ്ടിക്കപ്പെട്ടതാണോ കേരളം എന്ന് കുട്ടികൾ നെറ്റിൽ നിന്ന് കണ്ടെത്തി ചോദിച്ചു.
ഒന്നമ്പരന്നെങ്കിലും പിന്നെ ഇങ്ങനെ പറഞ്ഞു.

"ഓണം ഗൃഹാതുരത്വം മാത്രമാണ്. നഷ്ടമായ ഏതോ നല്ലകാലത്തിന് വേണ്ടിയുള്ള തിരച്ചിൽ. മലയാളികളുള്ളിടത്തോളം, അവർ താമസിക്കുന്ന എല്ലാ രാജ്യത്തും ഓണാഘോഷം നടക്കും. അതല്ലേ അബ്ബാസ്സിയയിലെ വഴികളിലൂടെ സെറ്റ് സാരിയുമുടുത്ത് സ്ത്രീകൾ പോകുന്നത്? ഓണനിലാവ് അവരെയും നോക്കി ചിരിക്കുന്നത്? ഒ.എൻ.വി. യെ നഷ്ടമായ ഈ വർഷം ഒ.എൻ.വി. യുടെ ഭൂമി എന്ന കവിതയിലെ ഓണവരികൾ കൂടി ഓർത്ത് നിർത്തുന്നു.

"കാണെക്കാണെ വയസ്സാകുന്നു മക്കൾക്കെല്ലാം എന്നാലമ്മേ

ഓണനിലാവിൻ പുടവയുടുത്താലമ്മയ്ക്കിന്നും പുതുലാവണ്യം."

10. മാവേലിയും മലയാളിയും

തുടക്കം ഒരു കണ്ടെത്തലിൽ നിന്നായിരുന്നു, അതും വർഷങ്ങൾക്ക് മുൻപ്. പിന്നീട് മനസ്സിലായി ഒരുപാട് പേർക്ക് അതേ സംശയം ഉണ്ടായി എന്ന്. വാമൊഴിയായി പകർന്നു കിട്ടിയ ഒരോണക്കഥ മാത്രമല്ലേ നമുക്കുണ്ടായിരുന്നത്. അതായത് കേരളം ഭരിച്ചിരുന്ന അല്ലെങ്കിൽ കേരളം ആസ്ഥാനമായി ഭരിച്ചിരുന്ന ധർമ്മിഷ്ടനും ദാനശീലനുമായ രാജാവായിരുന്നു മഹാബലി. മഹാബലിയുടെ ഭരണത്തിൽ അസൂയപൂണ്ട ദൈവങ്ങൾ മഹാവിഷ്ണുവിനോട് പറഞ്ഞു മഹാബലിയെ പാതാളത്തിലേക്ക് ചവിട്ടിത്താഴ്ത്തിച്ചു. പാതാളത്തിലേക്ക് പോകുന്നതിന് മുൻപ് അദ്ദേഹം മഹാവിഷ്ണുവിനോട് വർഷത്തിലൊരിക്കൽ തന്റെ പ്രജകളെ കാണാൻ അനുവാദം ചോദിച്ചു. മഹാവിഷ്ണു അതിനനുവദിച്ചു. കേരളീയർ, ചിങ്ങമാസത്തിലെ തിരുവോണദിവസം പ്രജകളെ കാണാൻ മാവേലി വരും എന്നു വിശ്വസിച്ച് സദ്യയും, പൂവിടലും, ഊഞ്ഞാലാട്ടവും, ഓണക്കളികളുമായി ഓണമാഘോഷിക്കുകയും ചെയ്തു. സ്കൂളുകളിൽ പഠിച്ചിരുന്ന കഥ ഇതായിരുന്നു, പ്രവാസിയായപ്പോൾ അമ്മമാർ ജനലിൽ കൂടി മാവേലി വന്നു നോക്കും എന്നൊക്കെ പറഞ്ഞു കുട്ടികളെക്കൊണ്ട് പച്ചക്കറികൾ കഴിപ്പിക്കുകയും, രണ്ടു മൂന്നു ദിവസം ഒരേ കറികൾ കൂട്ടി മടുക്കുമ്പോൾ കുട്ടികൾ ഓണം വേണ്ടായിരുന്നു എന്നു പറയുകയും ചെയ്യുന്നതും കണ്ടു.

അങ്ങനെയൊക്കെ കാലം കടന്നു പോകവേ ആണ് ഇന്റർനെറ്റ് അവതരിക്കുകയും ഓണം നെറ്റോണമായി മാറുകയും ചെയ്തത്. പീന്നീട് അറിവുകൾ വിരൽത്തുമ്പിലെത്തിയപ്പോൾ വെറുതെ ഒരു ഓണക്കാലത്ത് നെറ്റിൽ നോക്കിയപ്പോഴാണ് മേൽപ്പറഞ്ഞ കണ്ടെത്തൽ നടന്നത്. മഹാവിഷ്ണുവിന്റെ അഞ്ചാമത്തെ അവതാരമായിരുന്നു വാമനൻ. ആറാമത്തെ അവതാരമായിരുന്നു

പരശുരാമൻ. പരശുരാമൻ മഴുവെറിഞ്ഞുണ്ടായ കേരളത്തിൽ എങ്ങനെയാണ് അഞ്ചാമത്തെ അവതാരമായ വാമനൻ എത്തുന്നത്?

കുറെ വർഷങ്ങൾ ചോദ്യത്തിന് ഉത്തരമുണ്ടായിരുന്നില്ല. കോറോണക്കാലം വന്നതോട് കൂടി ഏതൊക്കെ തരം ഉത്തരം വേണം, ഗൂഢാലോചനാസിദ്ധാന്തങ്ങൾ മുതൽ എല്ലാം കിട്ടി. ചിലർ പെട്ടെന്ന് തന്നെ മഹാബലി കേരളമായിരുന്നില്ല ഭരിച്ചത് എന്ന ഒത്തുതീർപ്പിലെത്തി. പ്രഹ്ളാദന്റെ മകൻ വിരോചനന്റെ മകനായിരുന്നല്ലോ മഹാബലി. പ്രഹ്ളാദന്റെ രാജ്യമായ ആന്ധ്ര പ്രദേശിലെ ഡക്കാൺ പ്രദേശമായിരുന്നു മഹാബലി ഭരിച്ചിരുന്നതെന്നാണ് അവർ പറയുന്നത്. പിന്നീട് പരശുരാമന്റെ കാലത്ത് പാപപരിഹാരാർത്ഥം ബ്രാഹ്മണർക്ക് സ്ഥലം കൊടുക്കാൻ വേണ്ടി കേരളമുണ്ടാക്കി, ഡക്കാണിൽ നിന്നു ബ്രാഹ്മണരെ കൊണ്ടുവന്നു താമസിപ്പിച്ചു. വന്നവർ തങ്ങളുടെ ആചാരമായ ഓണം ആഘോഷിക്കുന്നത് തുടർന്നുവന്നുവെന്നും പറയുന്നു.

വടക്കേ ഇൻഡ്യയിൽ ഓണം വാമനമൂർത്തിയുടെ അവതാരദിവസമാണ്. മഹാബലി പാതാളലോകങ്ങളിലെ രാജാവായിരുന്നു. അദ്ദേഹം ഈരേഴ് പതിനാല് ലോകങ്ങൾ കീഴടക്കാൻ ശ്രമിച്ച ഒരു വ്യക്തിയായിരുന്നു. ഭൂലോകം, ഭുവർലോകം, സ്വർഗ്ഗലോകം, മഹർലോകം, ജനോലോകം, തപോലോകം, സത്യലോകം എന്നീ ഉപരിലോകങ്ങളും, അതളം, വിതളം, സുതളം, തളാതളം, മഹാതളം, രസാതളം, പാതാളം എന്നീ താഴെയുള്ള ഗ്രഹങ്ങളും ചേർന്നതാണ് ഈരേഴ് പതിനാല് ലോകങ്ങൾ. ഇതിൽ രസാതളം, പാതാളം എന്നീ ഏറ്റവും താഴെയുള്ള ഗ്രഹങ്ങളായിരുന്നു മഹാബലിയുടേത്. പാതാള ലോകങ്ങളെല്ലാം കീഴടക്കിയ ശേഷം വലിയൊരു സൈന്യവുമായി ഇന്ദ്രനെ തോൽപ്പിക്കാൻ മഹാബലി സ്വർഗ്ഗലോകത്തിലെത്തി. മഹാബലിയെ കണ്ടതും ഇന്ദ്രൻ ഓടി രക്ഷപ്പെട്ടു. അതുകൊണ്ടും തൃപ്തിപ്പെടാതെ മഹാബലി ദേവന്മാരുടെ മാതാവായ അതിദി മാതാവിന്റെ കുണ്ഡലങ്ങൾ പറിച്ചെടുത്തു. പിന്നീട്

പതിനാല് ലോകങ്ങളെയും തോൽപ്പിക്കാൻ വിശ്വജിത്ത് എന്ന ഒരു യാഗം ആരംഭിച്ചു. അതിദി മാതാവ് വിഷ്ണുവിനെ കഠിനമായി തപസ്സ് ചെയ്തു ഇന്ദ്രനെ സഹായിക്കണമെന്ന് അപേക്ഷിച്ചു. തപസ്സിന്റെ ഫലമായി വിഷ്ണു അതിദി മാതാവിന്റെ മകനായി ജനിച്ചു. അതുകൊണ്ട് വാമനന് ഉപേന്ദ്രൻ എന്നൊരു പേരും ഉണ്ട്. ചിങ്ങമാസത്തിലെ തിരുവോണം നക്ഷത്രത്തിൽ ജനിച്ച വാമനൻ ക്ഷണങ്ങൾ കൊണ്ട് വളർന്നു, മാതാപിതാക്കളുടെയും ദേവകളുടെയും അനുഗ്രഹത്തോട് കൂടി വാമനമൂർത്തി, മഹാബലി യാഗം നടത്തുന്നിടത്ത് ചെന്നു. ശുക്രാചാര്യരുടെ കീഴിലായിരുന്നു യാഗം. ശുക്രാചാര്യർ തടഞ്ഞെങ്കിലും കേൾക്കാതെ മഹാബലി ദാനം നല്കാൻ തയ്യാറായി. പിന്നീടുള്ള കഥകൾ ഇവിടെയും സമാനമാണ്. വാമനൻ ആദ്യ ചുവടിൽ ഭൂമി ഉൾപ്പടെയുള്ള ഉപരിലോകങ്ങളും, രണ്ടാമത്തെ ചുവടിൽ പാതാളങ്ങളും ആളന്നു. മഹാബലിയുടെ അഹങ്കാരമെല്ലാം ശമിച്ച് മൂന്നാമത്തെ അടി കൊടുക്കാൻ നിവൃത്തിയില്ലാതെ വാമനമൂർത്തിയുടെ പാദങ്ങളിൽ ശരണാഗതി പ്രാപിച്ചു. വാമനൻ മഹാബലിയുടെ തലയിൽ മൂന്നാമത്തെ അടി വച്ചു. എങ്ങനെയാണോ മഹാബലി അഹം എന്ന ഭാവം ത്യജിച്ചത് അതാണ് ഓണത്തിന്റെ സന്ദേശം. പ്രസന്നനായ വാമനൻ, മായാസുരനാൽ നിർമ്മിക്കപ്പെട്ടതും, സ്വർഗ്ഗലോകത്തെക്കാൾ സുന്ദരവുമായ സുതലം എന്ന പാതാളലോകം മഹാബലിക്ക് കൊടുക്കുകയും, വാമനൻ ഇന്നും മഹാബലിയുടെ കാവൽക്കാരനായി സുതലത്തിൽ താമസിക്കുകയും ചെയ്യുന്നുവെന്നും, കൂടാതെ ചിരഞ്ജീവി ആകാനുള്ള വരവും, അടുത്ത മന്വന്തരത്തിൽ ഇന്ദ്രനാവാനുള്ള അനുഗ്രഹവും കൊടുക്കുകയും ചെയ്തുവെന്നും മറ്റൊരു പക്ഷം.

ഏഴ് ഭൂഖണ്ഡങ്ങളായിരുന്നു ഏഴു പാതാളലോകങ്ങളെന്നും, ഭൂവൽക്കത്തിനുള്ളിൽ കൂടിയുള്ള ഒരു തുരങ്കത്തിൽ കൂടി മാവേലി, അന്നത്തെ പാതാളമായിരുന്ന തെക്കേ അമേരിക്കയിലേക്ക് നാട് കടത്തപ്പെടുകയായിരുന്നു എന്നൊക്കെയാണ് പാശ്ചാത്യ

ഗൂഢാലോചനസിദ്ധാന്തക്കാരുടെ വാദം. തമാശയായി തോന്നുമെങ്കിലും ഒരു കാര്യമുണ്ട്. മായാസുരൻ ആയിരുന്നു പാതാളലോകങ്ങളിലെ വാസ്തുവിദ്യ ചെയ്തിരുന്നത് എന്നാണ് പറയുന്നത്. തെക്കേയമേരിക്കയിൽ അക്കാലത്തുണ്ടായിരുന്നതും മായന്മാർ ആയിരുന്നത്രേ.

കേരളം, ഒന്പതാം നൂറ്റാണ്ടിലെ ആര്യമാരുടെ വരവിന് മുൻപ് ചേരളമായിരുന്നുവെന്ന് ചരിത്രം. അക്കാലത്തും ചിങ്ങമാസത്തിൽ വിളവെടുപ്പുത്സവമുണ്ടായിരുന്നു. കൂടാതെ മഴകഴിഞ്ഞു മാനം തെളിഞ്ഞു നില്ക്കുന്ന ചിങ്ങമാസത്തിലായിരുന്നു വിദേശികൾ സുഗന്ധദ്രവ്യങ്ങളുടെ വ്യാപാരത്തിന് കേരളത്തിലെത്തിയിരുന്നത്. സുഗന്ധദ്രവ്യങ്ങൾക്ക് പകരം സ്വർണ്ണം കിട്ടിയിരുന്നത് കൊണ്ട് പൊന്നിൻചിങ്ങം എന്നും ചിങ്ങമാസത്തെ വിളിച്ചു തുടങ്ങി. പണമൊക്കെ രാജാവായിരുന്നു സ്വീകരിച്ചിരുന്നതെങ്കിലും പിന്നീടത് തുല്യമായി ജനങ്ങൾക്ക് വീതിച്ചു നല്കിയിരുന്നത്രേ. ആര്യന്മാർ ചാതുർവർണ്യം കൊണ്ടുവന്നതോട് കൂടി കേരളത്തിൽ മാനുഷരെല്ലാരും ഒന്നുപോലെ അല്ലാതായി എന്നും ഒരു പക്ഷം. എതിർക്കുന്നവർ അസുരന്മാരായി. ദേശവാസികളുടെ തനത് ദൈവങ്ങളും, ഓണക്കഥയ്ക്ക് സമാനങ്ങളായ കഥകളും രണ്ടാംകിടയായി. യഥാർത്ഥത്തിൽ അക്കാലത്ത് ജീവിച്ചിരുന്ന ഏതെങ്കിലും ഇല്ലാതാക്കപ്പെട്ട രാജാവിനെയായിരിക്കുമോ മഹാബലി എന്ന അസുരരാജാവായി കല്പ്പിച്ച് ഇന്നത്തെ ഓണക്കഥയ്ക്ക് കാരണമായത്?

തൃക്കാക്കര ആസ്ഥാനമാക്കി ഭരിച്ചിരുന്ന ചേരരാജാവായിരുന്നു മഹാബലി എന്നു വിശ്വസിക്കുന്നവരാണ് കൂടുതൽ. കാൽക്കരനാട് എന്നായിരുന്നു അന്ന് തൃക്കാക്കര അറിയപ്പെട്ടിരുന്നത്. തൃപ്പൂണിത്തറ ആസ്ഥാനമാക്കി ഭരിച്ച, വൈഷ്ണവരാൽ പുറത്താക്കപ്പെട്ട ശൈവരാജാവായിരുന്നു മാവേലി എന്നു കരുതുന്നവരും ഉണ്ട്. തമിഴ്നാട്ടിലെ സംഘകാലകൃതികളിലും ഓണത്തിന് സമാനമായ ഒരു

ഉത്സവത്തെക്കുറിച്ച് പറയുന്നുണ്ട്. ഇന്ദ്രന്റെ വിജയം എന്ന അർത്ഥത്തിൽ ഇന്ദ്രവിഴ എന്നായിരുന്നു ഉത്സവത്തിന്റെ പേര്. കേരളത്തിലും ക്ഷേത്രോത്സവമായി തുടങ്ങിയ ഉത്സവം പിന്നീട് ദേശീയോത്സവമായി കാലക്രമേണ പരിണമിക്കുകയായിരുന്നു. കാരണം ആദ്ധ്യാത്മികമായോ, ബുദ്ധിപരമായോ ആയിരുന്നില്ല മലയാളികൾ ഓണത്തെ അനുഭവിച്ചത്. ഓണനിലാവും, ഓണവെയിലും ഹൃദയത്തിലേക്കാണ് അവർ സ്വീകരിച്ചത്. അത്കൊണ്ട് തന്നെ ഇനി ഒരു കഥയ്ക്കും ഓണം എന്ന വികാരത്തെ ഇല്ലാതാക്കാനുമാവില്ല. മാനുഷരെല്ലാരും ഒന്നു പോലെ ജീവിച്ചിരുന്ന മനോഹരമായ ഒരു കാലത്തെ കുറിച്ചുള്ള ഗൃഹാതുരത്വവും, സ്വന്തം ജീവിതത്തിന്റെ തന്നെ സ്വപ്നങ്ങളിലേക്കുള്ള മടങ്ങിപ്പോക്കും ഒക്കെയാണ് എല്ലാ ഉത്സവങ്ങളെയും പോലെ മലയാളിക്ക് ഓണവും. ധനുമാസ രാവുകളുടെ സൌന്ദര്യം ആ ഓർമ്മകളെ മായിക്കുന്നത് വരെ ഓണം ഹൃദയത്തിൽ തന്നെ ഉണ്ടാവും.

ഓണക്കഥയുടെ വിശദാംശങ്ങൾ അറിയാത്ത ഞങ്ങളുടെ തലമുറയിലെയും, ഞങ്ങൾക്ക് തൊട്ട് മുൻപുള്ള തലമുറയിലെയും സാധാരണക്കാരെ പക്ഷേ അന്നത്തെ ഓണചിന്തകൾ നല്ലരീതിയിലായിരുന്നോ സ്വാധീനിച്ചത്? മഹാബലിയുടെ ഭരണത്തിൽ അസൂയ പൂണ്ട ദൈവങ്ങൾ മഹാബലിയെ പാതാളത്തിലേക്ക് ചവിട്ടിത്താഴ്ത്തി എന്നത് ഈശ്വരനെ മനസ്സിലാക്കുന്നതിൽ തടസ്സമായി നിന്നിട്ടുണ്ട് എന്നു തീർച്ചയാണ്. ദൈവം സ്നേഹമാണ്, കരുണയാണ് എന്നൊക്കെ പഠിക്കുമ്പോഴും ദൈവം നീതിമാനാണോ എന്നൊരു ചോദ്യം അറിയാതെ ഉയർന്നു വരും. അതിനേറ്റവും നല്ല ഉദാഹരണമാണ് കുട്ടിക്കാലത്ത് പറഞ്ഞു കേട്ടിട്ടുള്ള "ഒരുപാട് സ്നേഹിക്കരുത്, ദൈവം പിരിച്ചുകളയും" എന്ന പറച്ചിൽ. ഒരു സമയത്ത് ഏറ്റവും കൂടുതൽ ആത്മഹത്യകളുള്ള നാടായിരുന്നു കേരളം. കഥകളാണെങ്കിലും പ്രഹ്ളാദന്റെ പൌത്രനും, സ്വയം ഒരു വിഷ്ണുഭക്തനുമായിരുന്ന മഹാബലിയെയും പ്രജകളെയും രക്ഷിക്കുകയായിരുന്നു യഥാർഥത്തിൽ മഹാവിഷ്ണു ചെയ്തത്

എന്നു മനസ്സിലാക്കാൻ അന്ന് സാധാരണക്കാർക്ക് പ്രയാസമായിരുന്നു.

ഇപ്പോൾ കാലം മാറി. അറിവുകൾ വിരൽത്തുമ്പിലെത്തി. വാട്ട്സ് ആപ്പ് വന്നു. ബംഗാളിയായ സലിൽ ചൌധരിയുടെ പൂവിളിയും, ഓണപ്പൂവേ പാട്ടും പാടി, തമിഴ്നാട്ടിൽ നിന്നുള്ള പൂക്കളും, പച്ചക്കറികളുമൊക്കെ ഉപയോഗിച്ച്, പ്രവാസികൾ കൂടുതൽ അടിപൊളിയാക്കുന്ന കൊറോണക്കാലത്ത് നമ്മൾ എത്തി. എങ്കിലും കോറോണക്കാലത്തും നമ്മൾ ആഘോഷങ്ങൾക്ക് ഒരു കുറവും വരുത്തുന്നില്ല. സെറ്റ്സാരിയും, ആഭരണങ്ങളുമൊക്കെയണിഞ്ഞ് ഇപ്പോഴാണെങ്കിൽ ചേരുന്ന മാസ്ക്കും ധരിച്ച് മലയാളി മങ്കമാർ സ്വദേശത്തും, വിദേശത്തും നടക്കും. കാണുമ്പോൾ വിദേശികളും തലകുലുക്കി പറയും.

"ഓ, ഓനം"

ഓണാശംസകൾ.

11. ലോകത്തെ പാട്ടിലാക്കിയവർ

ആരാധകരുടെ കാത്തിരിപ്പിനൊടുവിൽ, നാൽപ്പത് വർഷങ്ങൾക്ക് ശേഷം, ലോകത്തെ ഏറ്റവും പ്രശസ്തരായ പോപ്പ് ഗായകർ ABBA തിരികെ എത്തി. 'വോയേജ്' എന്നൊരു പുതിയ ആൽബവുമായി. ABBA യിലെ ഒരു 'B' യും, പാട്ടെഴുത്തുകാരനുമായ ബ്യോൺ പറഞ്ഞതിങ്ങനെ, " ഞങ്ങൾ യാത്ര തുടരുകയാണ്, എന്നന്നേക്കുമായി."

മിക്കവാറും എല്ലാവർക്കും യാത്രകൾ ഇഷ്ടമാണ്. ജീവിതയാത്രയിലാവട്ടെ നമുക്കിഷ്ടപ്പെട്ടവരും ഇഷ്ടപ്പെട്ടവയും ഒക്കെ നമ്മുടെ കൂടെ സഞ്ചരിക്കുകയാണ് പിന്നീട് എന്നെന്നേക്കുമായി, അവരുടെ ഭാഗ്യനിർഭാഗ്യങ്ങൾ പോലും പങ്കിട്ടു തന്നു കൊണ്ട്. ചിലപ്പോൾ അറിഞ്ഞോ, അറിയാതെയോ നമുക്കവരെ നഷ്ടപ്പെട്ടെന്നു വരാം. അവസാനം ചിലപ്പോൾ നമ്മുടെ അപക്വമനസ്സ്കൊണ്ട് നഷ്ടമായ ബന്ധങ്ങൾ വർഷങ്ങൾക്ക് ശേഷം തിരികെ കിട്ടിയെന്നു വരാം. നമ്മൾ പാകപ്പെട്ടില്ലെങ്കിലോ, നമുക്കുള്ളതല്ലെങ്കിലോ ഭാഗ്യം കൊണ്ട് തരുന്ന സൌഹൃദങ്ങൾ തിരികെ കിട്ടിയില്ലെന്നും വരാം.

ശരത്കാലത്തെ കൊഴിഞ്ഞഇലകൾ മൂടിയതോ, മഞ്ഞുകാലത്തെ തണുത്തു വിറങ്ങലിച്ചതോ ആയ റയിൽവേ സ്റ്റേഷനുകളിൽ പ്രണയിതാവിനൊപ്പം ട്രെയിൻ കാത്തിരിക്കുന്നവർ, ഒരിക്കൽ പ്രണയികളായിരുന്നവരെ പിരിഞ്ഞു, മനസ്സ് കൊണ്ടെങ്കിലും മറ്റൊരു താവളം തേടി പോകുന്നവർ. നമ്മുടെയൊക്കെ തീവണ്ടിയനുഭവങ്ങളെ ഓർമ്മിപ്പിക്കുന്ന ഒരു പാട്ടിൽ നിന്നു തുടങ്ങാം.

Just another town another train

Waiting in the morning rain

Lord give my restless soul a little patience

Just another town another train

Nothing lost and nothing gained

Guess I will spend my life in railway stations...

മനസ്സിലേക്ക് ഇറങ്ങിച്ചെല്ലുന്ന വരികളും, ആത്മാവിൽ മറന്നു കിടക്കുന്ന ഏതൊക്കെയോ പാട്ടുകളെ ഓർമിപ്പിക്കുന്ന ഈണവും, ദുഖം നിറഞ്ഞ ശബ്ദവും, ശക്തമായ ഒരു ശബ്ദവും ഒത്തു ചേരുമ്പോൾ ABBAയാകുന്നു. ലോകത്തിലെ ഏറ്റവും പ്രശസ്തരായ പോപ്പ് ഗായകർ. Agnetha Falkskog, Björn Ulvaeus, Benny Anderson, Anni-Frid Lyngstad എന്നിവരായിരുന്നു ABBA-യിലെ അംഗങ്ങൾ. ബ്യോണിന്റെ ഭാര്യ അഗ്നെത, ബെന്നിയുടെ ഭാര്യ ആനിഫ്രിഡ് എന്ന ഫ്രിഡ. പാട്ടുകാരായ രണ്ട് ദമ്പതികൾ എന്നതായിരുന്നു ABBAയുടെ പ്രതിച്ഛായ. നാല് പേരുടെയും പേരിന്റെ ആദ്യത്തെ അക്ഷരങ്ങൾ ചേർത്താണ് ABBA എന്ന പേര് ഉണ്ടായതും.

ABBA പാട്ടുകളുടെ താളവും ഈണവും മാത്രം ആസ്വദിക്കാൻ കഴിയുമായിരുന്ന ഒരു പ്രായത്തിൽ, എനിക്ക് ഏതാണ്ട് എട്ടോ ഒൻപതോ വയസ്സുള്ളപ്പോഴാണ്, പള്ളിക്വയറിലെ പഴയൊരു പാട്ടുകാരനായിരുന്ന പപ്പ, വീട്ടിലേക്ക് ABBAയുടെ ഒരു കാസറ്റ് കൊണ്ടുവരുന്നത്. നല്ല ഹാർമണിയാണ് എന്നും പറഞ്ഞാണത് വീട്ടിൽ കൊണ്ടുവന്നത്. ഓരോരുത്തർക്കും ഓരോരോ കാരണങ്ങളായിരുന്നു ABBA കാസറ്റുകൾ വാങ്ങാൻ. കാരണം വല്യ പണക്കാരുടെയോ, സംഗീതജ്ഞരുടെയോ, പ്രവാസികളുടെയോ ഒക്കെ വീടുകളിൽ മാത്രമേ അക്കാലത്ത് ABBA

കാസറ്റുകൾ ഉണ്ടായിരുന്നുള്ളൂ. സാധാരണക്കാർക്ക് ABBA ഒരാഢംബരമായിരുന്നു. ABBAയെ കുറിച്ച് വിശദമായി പഠിച്ചപ്പോൾ എന്നെ അത്ഭുതപ്പെടുത്തിയ ഒരു കാര്യം ABBAയുടെ സ്വദേശമായ സ്വീഡനിലും ഒരു കൂട്ടം സാധാരണക്കാരുടെ ഇടയിൽ ABBAയ്ക്കു അത്ര അംഗീകാരം അക്കാലത്തുണ്ടായിരുന്നില്ല എന്നതാണ്. ഇടതുപക്ഷ സഹയാത്രികരുടെ ഒരു സംഗീത ബാൻഡ് ABBAയ്ക്കെതിരെ വരെ അക്കാലത്തു പ്രവർത്തിച്ചിരുന്നത്രേ. Hoola Bandoola Band എന്ന പേരിലുണ്ടായിരുന്ന ബാൻഡിന്റെ നേതാവ് ഒരു കുറ്റസമ്മതം പോലെ പൊട്ടിച്ചിരിച്ചുകൊണ്ട് അടുത്തിടെ ഒരു ഇന്റർവ്യൂവിൽ പറഞ്ഞു. "ഞങ്ങൾ അസ്വസ്ഥരായിരുന്നു. യൂറോപ്പിലെയും അമേരിക്കയിലേയും തെക്കുകിഴക്കൻ ഏഷ്യയിലെയും പ്രശ്നങ്ങളോർത്ത്, പിന്നെ ABBAയ്ക്കു ഇതൊന്നും ഒരു പ്രശ്നമല്ലല്ലോ എന്നോർത്തും ഞങ്ങൾ അസ്വസ്ഥരായിരുന്നു. എന്നാൽ ഇന്ന് ഞങ്ങൾ അഭിമാനത്തോടെ പറയുകയാണ് ABBA യുടെ മെലഡികൾ മനോഹരങ്ങളാണെന്ന് പറയാൻ ഞങ്ങൾക്കൊരു മടിയുമില്ല"

എന്നാൽ ABBA യാവട്ടെ സാധാരണക്കാരായ നാലുപേരായിരുന്നു, പ്രത്യേകിച്ചും അതിലെ സ്ത്രീകളായ അഗ്നെതയും ആനിഫ്രിഡും. 1972 മുതൽ 1982 വരെയായിരുന്നു ABBA യുടെ ആധിപത്യകാലം. ഏകദേശം 380 ദശലക്ഷം കാസ്സറ്റുകളാണ് ലോകത്തിന്റെ മുക്കിലും, മൂലയിലുമായി അക്കാലത്ത് മാത്രം വിറ്റഴിഞ്ഞത്. 2021 നവംബർ 5ന് ABBA ഏറ്റവും പുതിയ ആൽബം ഇറക്കുമ്പോൾ അവർ കാസ്സറ്റുകളും ഇറക്കുന്നുണ്ട്. ABBA യുടെ സംഗീത സംവിധായകനും, ABBAയിലെ മറ്റൊരു 'B' യും ആയ 74 കാരൻ ബെന്നി ആൻഡേഴ്സൺ സ്വതസിദ്ധമായ കുസൃതിച്ചിരിയോടെ

പറയുന്നതിങ്ങനെ "കാസ്സറ്റ് ഇറക്കുന്നത് എന്തിനാണെന്ന് ചോദിക്കരുത്, എനിക്കറിയില്ല,"

കുട്ടിയായിരുന്നപ്പോൾ ABBA പാട്ടുകളുടെ ചടുലമായ താളത്തിലും, സന്തോഷഗാനങ്ങൾ പോലെ പ്രച്ഛന്ന വേഷമണിഞ്ഞെത്തിയ ദു:ഖഗാനങ്ങളുടെ ഈണങ്ങളിലും നിന്നൂരി പോവനാവാതെ ടേപ്പ് റെക്കോർഡറിനടുത്ത് ഇരിക്കാറുണ്ടായിരുന്ന എന്നോടു പപ്പ, S.O.S എന്നു പറഞ്ഞാൽ Save Our Souls എന്നോ Save Our Ship എന്നോ ഉള്ള അർത്ഥത്തിൽ അപകടത്തിൽ പെട്ട നാവികരയക്കുന്ന സന്ദേശങ്ങളാണ് എന്നു പറഞ്ഞു. പിന്നെ Waterloo എന്നു പറഞ്ഞാൽ നെപ്പോളിയൻ തോറ്റ സ്ഥലമാണെന്നും.

'The love you gave me,

Nothing else can save me S.O.S' എന്നത് മനസ്സിലാക്കാൻ പിന്നെയും വർഷങ്ങളെടുത്തു, "Waterloo, I was defeated, you won the war" എന്നതു മനസ്സിലാക്കാനും.

ഞങ്ങളുടെ തലമുറയിലുള്ളവരോട് ABBA യുടെ ഏതെങ്കിലും ഒരു പാട്ടിനെക്കുറിച്ച് ചോദിച്ചാൽ, ഒരുപാട് കേട്ട പാട്ട് എന്നോ, കേട്ടു വളർന്ന പാട്ട് എന്നോ പറയും. എന്താ, നമുക്കു കേട്ടു വളരാൻ വേറെ പാട്ടില്ലാഞ്ഞിട്ടാണൊ? നമ്മുടെ യാത്രകളൊക്കെ വീട്ടിലേക്കുള്ള വഴിയിൽ അവസാനിക്കുന്നത് പോലെ, പുതിയ പാട്ടുകളൊക്കെ മടുത്തു കഴിയുമ്പോൾ വീണ്ടും ABBA യിലേക്ക് മടങ്ങുന്ന ഒരു പതിവ് എനിക്കുണ്ടായിരുന്നു. ഇപ്പോഴുമുണ്ട്. കാരണം നമ്മളെവിടെയൊക്കെയോ വച്ച് മറന്ന ഏതൊക്കെയോ ഈണങ്ങൾ ബെന്നി നമ്മെ ഓർമ്മിപ്പിക്കുന്നു. ബെന്നിയുടെ അലൌകികവും, വ്യത്യസ്തവുമായ ഈണങ്ങൾക്ക് അവരുടെ

ജീവിതവുമായി ബന്ധപ്പെട്ട വരികളായിരുന്നു, ABBA യിലെ പാട്ടെഴുത്തുകാരനായ, ബ്യോൺ തിരഞ്ഞെടുത്തതും.

ബ്യോൺ എപ്പോഴും പറയുന്നത് എല്ലാം സ്വാഭാവികമായി സംഭവിച്ചു പോവുകയായിരുന്നു എന്നാണ്. പാട്ടുകാരായിരുന്ന ബെന്നിയും ബ്യോണും ആദ്യം കണ്ടുമുട്ടി. പിന്നെ ബെന്നി ഫ്രിഡയെയും, ബ്യോൺ അഗ്നെതയെയും കണ്ടുമുട്ടുന്നു. ബെന്നിയും ഫ്രിഡയെയും വിവാഹ നിശ്ചയത്തിലെത്തുന്നു, ബ്യോണും അഗ്നെതയും വിവാഹം കഴിക്കുന്നു. സമയം കിട്ടുമ്പോൾ അവർ നാലുപേരും കാട്ടിലൂടെ നടക്കും, പാട്ടുകൾ പാടും. ഒരിക്കൽ അഗ്നെതയും ഫ്രിഡയും ഒരുമിച്ച് പാടിയപ്പോൾ വളരെ നന്നായി ബെന്നിയ്ക്കും ബ്യോണിണും തൊന്നി. അക്കാലത്ത് ബ്യോണും ബെന്നിയും കാസ്സറ്റുകൾ ഇറക്കി തുടങ്ങിയിരുന്നു. ആദ്യമൊക്കെ അഗ്നെതയും ഫ്രിഡയും കോറസ് ആയിരുന്നു പാടിയിരുന്നത്. കോറസ് പാടുന്നവരുടെ പേര് പോലും കാസ്സറ്റിൽ ഉണ്ടായിരുന്നില്ല. പിന്നീട് ഒരുമിച്ച് പാടി നാല് പേരുടെയും പേര് വച്ച് കാസ്സറ്റുകൾ ഇറക്കി.

Ring Ring why don't you give me a call

Ring Ring happiest sound of them all എന്ന പാട്ട് ഉൾപ്പെടുന്ന ആദ്യ ആൽബം, ABBA എന്ന പേരിടുന്നതിന് മുൻപു ഇറക്കിയതാണ്. 1973-ൽ Ring Ring എന്ന പാട്ടുമായി യൂറോവിഷൻ കോണ്ടസ്റ്റിൽ എത്തിയെങ്കിലും അവതരിപ്പിക്കാൻ കഴിഞ്ഞില്ല. ബെന്നിയും ബ്യോണും നേരത്തെ തുടങ്ങി തങ്ങളുടെ പാട്ടുകൾ യൂറോവിഷൻ കോണ്ടസ്റ്റിൽ അയച്ചിരുന്നെങ്കിലും തിരസ്ക്കരിക്കപ്പെടുകയായിരുന്നു. യൂറോവിഷൻ കോണ്ടസ്റ്റാണ് സ്വീഡന് പുറത്തേക്ക് തങ്ങളുടെ പാട്ടുകളെ എത്തിക്കാനുള്ള വഴി എന്നവർക്കറിയാമായിരുന്നു. 1974-ൽ Waterloo, Hasta Mañana എന്നീ പാട്ടുകളുമായി അവർ വീണ്ടും യൂറോവിഷൻ കോണ്ടസ്റ്റിൽ എത്തി.

ഒരുതരത്തിലും കോണ്ടസ്റ്റിന് ചേരാത്ത വേഷവിധാനങ്ങളും പാട്ടുകളുമായിരുന്നു ABBA യുടേത്. യൂറോവിഷൻ കോണ്ടസ്റ്റിലാണ് ABBA എന്ന പേര് ആദ്യമായി ഉപയോഗിച്ചത്. എന്നാൽ ഒരിക്കലും പ്രതീക്ഷിക്കാതെ സ്വീഡൻ മത്സരത്തിൽ വിജയിച്ചു. Waterloo ആയിരുന്നു പാടിയ ഗാനം. അന്ന് തുടങ്ങി പിന്നീടങ്ങോട്ട് തുടരെത്തുടരെ ലോകം മുഴുവൻ No.1 ഹിറ്റുകളായിരുന്നു 1981 വരെ. 1982-ൽ ഇറക്കിയ 'Visitors' എന്ന ആൽബം മാത്രമാണ് ഹിറ്റ് ചാർട്ടുകളിൽ 10ന് മുകളിൽ എത്താതിരുന്നത്. ഇക്കഴിഞ്ഞ നവംബർ 5-നിറക്കിയ 'Voyage' പല രാജ്യങ്ങളുടെയും ഹിറ്റ് ചാർട്ടുകളിൽ ഒന്നാമതെത്തിക്കഴിഞ്ഞു. കൂടാതെ 'I still have faith in you' എന്ന പാട്ടിന് ABBA യ്ക്ക് ആദ്യമായി ഗ്രാമി അവാർഡ് നോമിനേഷനും കിട്ടി.

ബെന്നി ആൻഡേഴ്സണെ കുറിച്ച് പറയുന്നത്, "ലോകത്തിലെ ഏറ്റവും മികച്ച സംഗീതജ്ഞരിൽ ഒരാളാണ് പക്ഷേ, അദ്ദേഹം ABBA യിലെ ഒരംഗം എന്നറിയപ്പെടുന്നു എന്നു മാത്രം." എന്നാണ്. Benny Aderson Orkestor (BAO) യുടെ ഈണങ്ങൾ കേട്ടാൽ പറയുന്നത് സത്യമാണെന്ന് മനസ്സിലാകും.

ബ്യോണാവട്ടെ തങ്ങളുടെ പ്രണയത്തെയും, ജീവിതത്തെയും കുറിച്ച് കുറച്ചൊരു അതിഭാവുകത്വത്തോടെ പാട്ടുകളെഴുതി. അത് കൊണ്ട് തന്നെ ABBA യുടെ പാട്ടുകൾക്കൊപ്പം അവരുടെ ജീവിതവും ആരാധകർക്ക് എന്നും താത്പര്യമുള്ള വിഷയമായി മാറി. പത്തു വർഷങ്ങൾ കൊണ്ട് മനോഹരങ്ങളായ പാട്ടുകൾ തനിയെ ഉണ്ടാക്കുക, കൂടെ പുതിയതായി ആരംഭിച്ച കുടുംബജീവിതം കൊണ്ടുപോവുക, ലോകം മുഴുവൻ സംഗീതപര്യടനം നടത്തുക, അതിനിടെ ആരാധകരുടെ ഭ്രാന്തമായ

ആരാധനയും. ബ്യോൺ പറയുന്നത് പോലെ മനുഷ്യരുടെ ഭാവനയ്ക്ക് പോലും അസാധ്യമായ കാര്യം.

കലാകാരന്മാരുടെ വ്യക്തിജീവിതത്തെ കുറിച്ച് പറയുന്നത് ശരിയല്ല എന്നൊരഭിപ്രായം പലയിടത്തും കേട്ടിട്ടുണ്ട്. പക്ഷേ, എന്റെ അഭിപ്രായത്തിൽ കലാകാരന്മാരുടെ ജീവിതത്തെക്കുറിച്ചറിയാതെ അവരുടെ കലയെ മനസ്സിലാക്കാനും പ്രയാസമാണ്. ഒരു തരത്തിലല്ലെങ്കിൽ മറ്റൊരു തരത്തിൽ കലാകാരന്മാരെപ്പോഴും സ്വന്തം ജീവിതത്തെക്കുറിച്ച് പറയാൻ ശ്രമിച്ചുകൊണ്ടേയിരിക്കും. സ്വന്തം ജീവിതത്തെ മനസ്സിലാക്കാനും വിശദീകരിക്കാനും ഓരോ കലാകാരനും ശ്രമിക്കുന്നത് കൊണ്ടാണല്ലോ കലാകാരന്മാരുടെ ആത്മകഥയ്ക്ക് പ്രസക്തി ഉണ്ടാകുന്നതും.

ഞാനാണെങ്കിൽ ABBA-യെ കുറിച്ച് എവിടെ കണ്ടാലും വായിക്കുകയും ടെലിവിഷനിൽ വരുന്ന അഭിമുഖങ്ങൾ കാണുകയും ചെയ്യാറുണ്ട്. ബെന്നിയും ബ്യോണും എപ്പോഴും ഒരു പോലെ പറയുന്ന ഒരു കാര്യമുണ്ട്. "എന്തു കൊണ്ട് ഞങ്ങൾ?" ബ്യോൺ എപ്പോഴും പറയും "ഞങ്ങൾക്ക് പോലും മനസ്സിലാക്കാൻ പറ്റുന്നില്ല എന്തുകൊണ്ടിങ്ങനെ" എന്ന്. 1982-ൽ ABBA തത്കാലം നിർത്തി വച്ചതിന് ശേഷം ഒന്നോ രണ്ടോ കൊല്ലം കൂടി ജനങ്ങൾ ഓർക്കുമായിരിക്കും എന്നേ ഞങ്ങൾ കരുതിയുള്ളൂ എന്നും അദ്ദേഹം അത്ഭുതത്തോടെ കൂട്ടിച്ചേർക്കും.

എന്തായാലും കാര്യങ്ങളെ കുറിച്ച് വ്യക്തമായ ധാരണയുണ്ടായിരുന്നത് ബെന്നിക്ക് തന്നെയായിരുന്നു. സ്വീഡന്റെ സംഗീതം എങ്ങനെ ലോകത്തെ അറിയിക്കാം എന്നദ്ദേഹം എപ്പോഴും ചിന്തിച്ചിരുന്നത്രേ. സ്വീഡന്റെ ഫോക്ക് സംഗീതം അക്കോർഡിയനിൽ വായിക്കുന്ന ഒരു കുടുംബത്തിൽ 1946

ഡിസംബർ 16ന് ബെന്നി ആൻഡേഴ്സൺ ജനിച്ചു. പിതാവ് ഒരു ഒരു സിവിൽ എൻജിനീയർ ആയിരുന്നു. ആറാം വയസ്സ് മുതൽ മുത്തച്ഛനും അച്ഛനും ചേർന്നദ്ദേഹത്തെ അക്കോർഡിയനും ഫോക്ക് സംഗീതവും പഠിപ്പിച്ചു. സ്വാഭാവികമായും അദ്ദേഹം അത് നന്നായി പഠിച്ചു. പത്താം വയസ്സിൽ അവർ ബെന്നിക്ക് ഒരു പിയാനോ സമ്മാനിച്ചു. പിയാനോ അദ്ദേഹം സ്വന്തമായി പഠിച്ചു. പതിനഞ്ചാം വയസ്സിൽ അദ്ദേഹം സ്കൂൾ പഠനം ഉപേക്ഷിച്ച് ക്ലബ്ബുകളിൽ പിയാനോ വായിക്കാനാരംഭിച്ചു. ക്ലബ്ബുകളിൽ വച്ച് ക്രിസ്റ്റീനയെ കണ്ടുമുട്ടി. വിവാഹനിശ്ചയം നടത്തി, അവർക്കു 1963 ലും 65 ലുമായി പീറ്റർ എന്നും ഹെലൻ എന്നും പേരുള്ള രണ്ടു കുട്ടികൾ ജനിച്ചു. 1966 ൽ അവർ വേർപ്പിരിയുകയും കുട്ടികളെ ക്രിസ്റ്റീന കൂടെനിർത്തുകയും ചെയ്തു. കാരണം ബെന്നി 'ഹെപ് സ്റ്റാർസ്' എന്ന ബാൻഡിന്റെ തിരക്കുകളിലായിരുന്നു.

അക്കാലത്ത് സ്വീഡനിലെ പ്രശസ്തമായ ഒരു ബാൻഡായിരുന്നു 'ഹെപ് സ്റ്റാർസ്.' മറ്റ് ഗായകരുടെ ഹിറ്റ് ഗാനങ്ങളായിരുന്നു 'ഹെപ് സ്റ്റാർസ്' പാടിയിരുന്നത്. പിന്നീടവർ സ്വന്തമായി ഗാനങ്ങളെഴുതി തുടങ്ങി. 1966 ൽ ബെന്നിയും ബ്യോണും ബാൻഡുകളോട് കൂടി നടത്തിയ ഒരു യാത്രയ്ക്കിടയിൽ വച്ച് ആദ്യമായി കണ്ടുമുട്ടി, പെട്ടെന്ന് തന്നെ സുഹൃത്തുക്കളായി. 'ഹൂട്ടിനാനി സിംഗേർസ് ' എന്നൊരു ബാൻഡിലായിരുന്നു ബ്യോൺ. വൈകാതെ തന്നെ ബെന്നിയും ബ്യോണും പാട്ടെഴുത്തിലും റെക്കോർഡിങ്ങിലും പരസ്പരം സഹായിച്ചു തുടങ്ങി. ജീവിതകാലം മുഴുവൻ നിലനിന്ന, സംഗീതത്തിന്റെ ചരിത്രം തന്നെ തിരുത്തിക്കുറിച്ച ഒരു സൌഹൃദമായിരുന്നു അത്.

പീന്നീട് സംഗീതവുമായി ബന്ധപ്പെട്ട പരിപാടികളിൽ വച്ച് ആനി-ഫ്രിഡിനെ ബെന്നി പരിചയപ്പെട്ടു. 1971-ൽ ബെന്നിയും ഫ്രിഡയും

വിവാഹനിശ്ചയം നടത്തി. ABBA യുടെ പ്രശസ്തിയുടെ ഉച്ചകോടിയിൽ, 1978-ൽ വിവാഹിതരുമായി. എന്നാൽ 1980-ൽ, ബെന്നി, ടെലിവിഷൻ അവതാരക ആയ മോനയെ കണ്ടുമുട്ടുകയും, ഫ്രിഡയുമായി വേർപ്പിരിയുകയും 1981-ൽ വിവാഹമോചനം നേടുകയും ചെയ്തു. 1981-ൽ തന്നെ മോനയെ വിവാഹവും കഴിച്ചു. 1982 ജനുവരിയിൽ അവർക്കു ലുഡ്വിഗ് എന്നൊരു മകനും ജനിച്ചു. ലുഡ്വിഗ് ആൻഡേഴ്സനാണ് 2022-ലേക്കുള്ള ABBATAR എന്ന ഡിജിറ്റൽ സംരംഭത്തിന് മുൻകൈ എടുത്തതും പിന്നീടത് 2021-ൽ "Voyage" എന്ന ആൽബത്തിൽ വരെ എത്തിച്ചേർന്നതും.

എപ്പോഴും തമാശയായി കാര്യങ്ങൾ പറയുന്ന ബെന്നി പക്ഷേ, സ്വീഡന്റെ സംഗീതത്തിന്റെ കാര്യം വരുമ്പോൾ ഗൌരവക്കാരനാകും. പാതിരാസൂര്യനെക്കുറിച്ചും, തണുപ്പുകാലത്തെ നീണ്ട നീണ്ട രാവുകളുടെ അകാരണമായ വിഷാദത്തെക്കുറിച്ചും, നോർത്തേൺ ലൈറ്റ്സിനെക്കുറിച്ചും, മലകളെയും കാടുകളെയും കുറിച്ചും, കാലാവസ്ഥ എങ്ങനെ സ്വീഡന്റെ സംഗീതത്തെ സ്വാധീനിച്ചു എന്നുമൊക്കെ അദ്ദേഹം വാചാലനാകും. ഈണങ്ങൾ ഉണ്ടാകുന്ന മനസ്സിന് എത്ര അഗാധമായ അറിവ് ഉണ്ടായിരിക്കും എന്നു ഞാൻ ബെന്നിയുടെ അഭിമുഖങ്ങൾ കാണുമ്പോഴൊക്കെ ഓർക്കാറുണ്ട്. യൂറോപ്പിലെ സംഗീത മത്സരങ്ങളിൽ, സ്വീഡൻ എന്ന പേര് കേൾക്കുമ്പോഴേ തഴയപ്പെടുന്ന ഒരു കാലമുണ്ടായിരുന്നു എന്നദ്ദേഹം എപ്പോഴും പറയും. അടുത്തകാലത്ത് ഒരു ആദരിക്കൽ ചടങ്ങിൽ ബെന്നി പറഞ്ഞു. "സ്വീഡന്റെ സംഗീതം, അതിന്റെ താളം, ലോകത്തെ അറിയിക്കുക എന്നതായിരുന്നു ഞങ്ങളുടെ ലക്ഷ്യം. സ്കാൻഡിനേവിയൻ സംസ്കാരം മലകളുടെ സംസ്കാരമാണ്, പാട്ടുകളും. മലകളിലെ സ്ത്രീകളുടെ അതിജീവനത്തിന്റെ ശക്തിയുള്ള ഒരു ശബ്ദത്തിന്

ഞാൻ കാത്തിരുന്നു. കാത്തിരുന്ന ശബ്ദമായിരുന്നു ഫ്രിഡയുടേത്. " എങ്ങനെയാണ് ഈണങ്ങൾ കിട്ടുന്നത് എന്ന ചോദ്യത്തിന് ബെന്നി പറഞ്ഞതിങ്ങനെ " മണിക്കൂറുകളോളം ഞാൻ പിയാനോയിൽ വെറുതെ എന്തെങ്കിലും വായിച്ചു കൊണ്ടിരിക്കും. ഇടയ്ക്ക് എനിക്കിഷ്ടമുള്ള ഒരു ഈണം കിട്ടും. അത് ഞാൻ വീണ്ടും വീണ്ടും വായിക്കും. കിട്ടുന്ന ഈണം അത്ര ഇഷ്ടപ്പെട്ടില്ലെങ്കിൽ കൂടെയിരിക്കുന്നവരോട് ചോദിക്കും, ഇതെവിടെങ്കിലും കേട്ടിട്ടുണ്ടോ എന്ന്. ഇല്ലെന്ന് പറഞ്ഞാൽ അതുമെടുക്കും, വേണ്ടത് മാത്രം തിരഞ്ഞെടുക്കുക എന്നതും പ്രധാനമാണ്. കൂടാതെ പിയാനോയുടെ മുൻപിൽ ഇരിക്കണം എന്നതും. പിന്നെ ഒരു കാര്യം കൂടി അദ്ദേഹം പറഞ്ഞു. "നമ്മുടെ ഉള്ളിലുള്ളതാണ് പുറത്തേക്ക് വരുന്നത്. സ്വീഡന്റെ സംഗീതം കുട്ടിക്കാലത്തേ എനിക്ക് കിട്ടിയിരുന്നു. എന്റെ ഉള്ളിലുള്ള സംഗീതമാണ് പുറത്തേക്ക് വരുന്നതും."

വിവാഹമോചനത്തിന് ശേഷവും ആനിഫ്രിഡിന് ബെന്നിയുമായുള്ള സൌഹൃദമോ ഒന്നിച്ചുള്ള പ്രവർത്തനങ്ങളോ അവസാനിപ്പിക്കാൻ സാധിക്കുമായിരുന്നില്ല. തങ്ങൾക്കിടയിലുള്ളത് ആഴമേറിയ ഒരു സൌഹൃദം മാത്രമായിരുന്നുവെന്നു രണ്ടുപേർക്കും വ്യക്തമായിരുന്നിരിക്കണം. എങ്കിലും കുറച്ച് വർഷങ്ങളോളം ഫ്രിഡയ്ക്ക് ABBA യുടെ പാട്ടുകൾ കേൾക്കാനുള്ള മനസ്സുണ്ടായിരുന്നില്ലത്രേ.

Breaking up is never easy, I know, but I have to go Knowing me, knowing you, it's the best I can do. ABBA ഈ വിരഹഗാനം പാടിയത് പക്ഷേ പിരിയുന്നതിന് വർഷങ്ങൾക്ക് മുൻപായിരുന്നു.

ചില കാര്യങ്ങൾ ലോകത്തിന് നൽകാനും, ചിലത് ലോകത്തെ പഠിപ്പിക്കാനും ചിലകാലങ്ങളിൽ ചിലർ ഒന്നിക്കും, വേദനയോടെ പിരിയും.

ABBA യുടെ പാട്ടുകളും ജീവിതവും ഒരുപോലെ ലോകം ഉറ്റുനോക്കിയിരുന്നു. പിന്നീടവരുടെ വേർപ്പിരിയലും, ഇപ്പോൾ പുന:സമാഗമവും.

കറുപ്പും വെളുപ്പുമണിഞ്ഞ പിയാനോയിൽ നിന്നു വെളുത്ത പേപ്പറുകളിലേക്കിറങ്ങിയ വരികൾക്ക് നിറവും ജീവനും കൊടുത്തത് അഗ്നെതയും ആനിഫ്രിഡും ആയിരുന്നു. ABBA യെ കുറിച്ച് പറയുമ്പോൾ "Dancing Queen" എന്ന അവരുടെ എക്കാലത്തെയും നമ്പർ വൺ പാട്ടിനെക്കുറിച്ച് പറയാതിരിക്കാനാവില്ല. Dancing Queen ഒരനുഭവമാണ്. ആദ്യമായി Dancing Queen കേട്ടത് ആർക്കും മറക്കാനാവില്ല എന്നതാണ് പാട്ടിന്റെ പ്രത്യേകത. അക്ഷരാർത്ഥത്തിൽ മുത്തശ്ശിക്കഥയിലെ രാജകുമാരന്റെയും രാജകുമാരിയുടെയും കഥയാണ് ആനിഫ്രിഡ് എന്ന ഫ്രിഡയുടേത്. യഥാർത്ഥത്തിൽ നോർവേക്കാരിയായിരുന്നു ഫ്രിഡയുടെ അമ്മ, സിന്നി. സിന്നിയും അമ്മയും മാത്രമായിരുന്നു വീട്ടിലുണ്ടായിരുന്നത്. രണ്ടാം ലോകമഹായുദ്ധത്തിന് ശേഷം കുറച്ചു കാലത്തേക്ക് ജർമ്മനി നോർവേ പിടിച്ചെടുത്തിരുന്നു. അക്കാലത്ത് ജർമ്മൻ സേനയിലെ ആൽഫ്രെഡ് ഹാസേ എന്ന ഒരു പട്ടാളക്കാരനുമായി സിന്നി പ്രണയത്തിലാവുകയും, ഗർഭിണിയാവുകയും ചെയ്തു. അധികം താമസിയാതെ ആൽഫ്രെഡ് തിരികെ ജർമ്മനിയിലേക്ക് പോവുകയും കപ്പൽ അപകടത്തിൽപ്പെട്ട് എല്ലാവരും വധിക്കപ്പെട്ടു എന്ന വാർത്ത കരയിലെത്തുകയും ചെയ്തു. ഫ്രിഡയെപ്പോലുള്ള ധാരാളം കുട്ടികൾ അക്കാലത്ത് നോർവേയിലുണ്ടായിരുന്നു. ഹിറ്റ്ലറുടെ രഹസ്യ അജണ്ടയുടെ ഭാഗമായിരുന്നു ജർമ്മൻ പട്ടാളക്കാരുടെ കുട്ടികൾ എന്നും നോർവെക്കാർ വിശ്വസിച്ചിരുന്നു. കുട്ടികളോട് നോർവയുടെ പെരുമാറ്റം അത്ര നല്ലതല്ലാതിരുന്നത് കൊണ്ട് ഫ്രിഡയുടെ മുത്തശ്ശി ഫ്രിഡയെയും

കൂട്ടി സ്വീഡനിലെത്തി. താമസിയാതെ സിന്നിയും സ്വീഡനിലെത്തിയെങ്കിലും വൃക്കരോഗം ബാധിച്ചു മരിച്ചു. മുത്തശ്ശി ജോലി ചെയ്തു ഫ്രിഡയെ സ്കൂളിലയച്ചു, നോർവീജിയൻ നാടോടിഗാനങ്ങൾ പാടിക്കേൾപ്പിച്ചു, അവധിക്കാലത്ത് നോർവേയിലെ ബന്ധുക്കളുടെ അടുത്തയച്ചു. ക്രമേണ ഫ്രിഡയും പാട്ടിൽ ആകൃഷ്ടയായി. സ്കൂളിലും സമീപ പ്രദേശങ്ങളിലും അവളുടെ പാട്ടിനെക്കുറിച്ചു അറിഞ്ഞു. പതിമൂന്നാം വയസ്സിൽ ഒരു ഡാൻസ് ബാൻഡിൽ ജോലി ലഭിച്ചു. പിന്നീട് പല ബാൻഡുകളിലും മണിക്കൂറുകളോളം പാടി. 1964ൽ റാഗ്നർ ഫ്രെഡറിക്സണിനെ വിവാഹം കഴിച്ചു. ഹാൻസ് എന്നും ലിസ്സേലോട്ടേ എന്നും രണ്ടു കുട്ടികളുമുണ്ടായി. അതിനിടെ സ്വന്തമായി ഒരു ഗ്രൂപ്പ് തുടങ്ങി, ഗ്രൂപ്പുകളിലെല്ലാം തന്നെ ഭർത്താവും ഉണ്ടായിരുന്നു. 1967 സെപ്റ്റംബർ 3 ന് പുതിയ പാട്ടുകാരെ കണ്ടെത്താനുള്ള നാഷണൽ ടാലന്റ് കൊമ്പറ്റീഷനിൽ ഒന്നാം സ്ഥാനം നേടുകയും, അന്ന് യാദൃശ്ചികമായി അവധി ആയി പോയതിനാൽ രാജ്യത്തെ ഒട്ടുമുക്കാൽ പേരും പാട്ട് കേൾക്കുകയും ചെയ്തു. പാട്ട് ഹിറ്റ് ആവുകയും, പിറ്റേന്ന് തന്നെ പുതിയ പാട്ടുകൾക്കുള്ള കോൺട്രാക്റ്റ് ഒപ്പിടുകയും ചെയ്തു. തിരക്ക് കൂടിയപ്പോൾ ഫ്രിഡ വീട് വിട്ടു സ്റ്റോക്ക്ഹോമിലേക്ക് താമസം മാറ്റി. 1970-ൽ ഭർത്താവുമായി പിരിഞ്ഞു. 1971-ൽ സ്റ്റോക്ക്ഹോമിൽ വച്ച് ബെന്നിയെ കണ്ടുമുട്ടി. പിന്നീടുള്ളത് ചരിത്രം.

Fernando, Andante andante, I have a dream ഒക്കെ ഫ്രിഡ പ്രധാന പാട്ടുകാരിയായ ജനപ്രിയ ഗാനങ്ങളാണ്. 1970കളിലെ പാട്ടുകാർ ഇപ്പോൾ എഴുപതുകളിലാണ്. എഴുപത്തിയഞ്ച് വയസ്സിലും ഫ്രിഡയുടെ പാട്ടുകൾ നമ്മെ അതിശയിപ്പിക്കുക തന്നെയാണ്. 1981-ൽ ബെന്നിയുമായി പിരിഞ്ഞു. 1982-ൽ ABBA പിരിഞ്ഞു. അതിനു ശേഷം ഫ്രിഡ ലണ്ടനിലേക്ക്

താമസം മാറ്റിയെങ്കിലും 1986-ൽ ജർമ്മൻ രാജകുടുംബത്തിലെ പ്രിൻസ് റൂസ്സോയെ കണ്ടുമുട്ടുകയും സ്വീഡനിലേക്ക് തന്നെ താമസം മാറ്റുകയും ചെയ്തു. 1992-ൽ അവർ വിവാഹിതരായെങ്കിലും 1999-ൽ അദ്ദേഹം മരിച്ചു. 1998 ജനുവരിയിൽ മകൾ ലിസ്സേലോട്ടേ കാറപകടത്തിലും മരിച്ചിരുന്നു. ആകെ തകർന്ന ഫ്രിഡയെ ആശ്വസിപ്പിക്കാൻ പിതാവ് എത്തിച്ചേർന്നു. ABBA ഔന്നത്യത്തിൽ നില്ക്കുന്ന കാലത്ത് ജർമ്മൻകാരനായ പിതാവ് കാണാനെത്തിയെങ്കിലും ഫ്രിഡ ആ ബന്ധം തുടർന്നിരുന്നില്ല. പിന്നീട് ജർമ്മൻ രാജകുടുംബത്തിൽ വരെ ഫ്രിഡ എത്തിച്ചേർന്നു. എങ്കിലും വിഷമസമയത്ത് പിതാവ് കൂട്ടിനെത്തി. ഇപ്പോൾ ഒരു ബ്രിട്ടീഷ് സുഹൃത്തിനോടൊപ്പം സ്വിറ്റ്സർലന്റിൽ താമസിക്കുന്നു. മകനും കുടുംബവുമായും അടുത്ത ബന്ധമുണ്ട്. കൂടാതെ പരിസ്ഥിതി പ്രവർത്തനങ്ങളിലും എർപ്പെടുന്നു. വോയേജ് എന്ന പുതിയ ആൽബത്തിലെ "Bumblebee" എന്ന പാട്ട് ഫ്രിഡയുടെ പരിസ്ഥിതി പ്രവർത്തനങ്ങളോടുള്ള ഒരു ആദരവ് കൂടിയാണ്.

I have a dream, a fantasy, To help me through reality And my destination makes it worth the while, Pushing through the darkness still another mile I believe in angels, when I know the time is right for me I'll cross the stream, I have a dream.

ഫ്രിഡയുടെ ഏറ്റവും പ്രശസ്തമായ പാട്ടുകളിലൊന്നാണിത്. പൌലോ കൊയ്ലോയ്ക്കു മുൻപു തന്നെ സ്വപ്നങ്ങളെ കുറിച്ച് എഴുതിയത് ബ്യോണും. 2018 മുൻപ് വരെ ABBAയുടെ പുന:സമാഗമത്തിന് ഫ്രിഡയ്ക്ക് താത്പര്യം ഉണ്ടായിരുന്നില്ലെങ്കിലും 2018-ൽ സമ്മതിച്ചു.

"സ്ത്രീകൾ രണ്ടുപേരും വന്നതോടെ എല്ലാം ശരിയായി. പെട്ടെന്ന് എല്ലാം പഴയ പോലെയായി. ഒന്നും സംഭവിച്ചിട്ടില്ലാത്തത് പോലെ പാട്ടുകൾ

ഉണ്ടാകാൻ തുടങ്ങി. അതൊരു വ്യത്യസ്തമായ അനുഭവമായിരുന്നു. ആർക്കും ഒരിക്കലും ചിന്തിക്കാൻ പോലും കഴിയാത്തത്" എന്നാണ് ബ്യോൺ പറയുന്നത്. ABBA പിരിഞ്ഞതിന് ശേഷം ബ്യോൺ long term memory lose എന്ന രോഗം കൊണ്ടും, ബെന്നി 2001 വരെ കടുത്ത മദ്യാസക്തി കൊണ്ടും ബുദ്ധിമുട്ടിയിരുന്നത്രേ.

ABBA യുടെ വിജയത്തിന്റെ പ്രധാന പങ്ക്, അപ്പപ്പോഴത്തെ തങ്ങളുടെ അവസ്ഥകളെക്കുറിച്ച് നാടകവത്കരിച്ചെഴുതിയ ബ്യോണിന് തന്നെയാണ്. പതിമൂന്നാം വയസ്സിൽ, ലണ്ടനിൽ പോയിട്ട് വന്ന ഒരു കസിനാണ്, മ്യൂസിക് ബാൻഡ് ആർക്കും തുടങ്ങാവുന്നതാണെന്ന ആശയം ബ്യോണിന് കൊടുക്കുന്നത്. എന്തായാലും പിതാവ് ആദ്യമായി ബ്യോണിനൊരു ഗിറ്റാർ വാങ്ങിക്കൊടുത്തു. പിന്നീട് വിദ്യാഭ്യാസത്തിന് ശേഷം ബ്യോണും കൂട്ടുകാരും ചേർന്ന് ഫോക്ക് സോങ്സ് പാടുന്ന 'ഹൂട്ടിനാനി സിംഗേർസ്' എന്നൊരു ബാൻഡ് തുടങ്ങി. ബാൻഡിന്റെ പാട്ടുകൾ അക്കാലത്ത് സ്കാൻഡിനേവിയയിലെങ്ങും പ്രശസ്തമായിരുന്നു. അങ്ങനെയിരിക്കെയാണ് 1966-ൽ ബെന്നിയെ കണ്ടുമുട്ടുന്നതും, സുഹൃത്തുക്കളാകുന്നതും, പരസ്പരം സഹായിക്കാൻ തുടങ്ങുന്നതും. ABBA യ്ക്കു മുൻപു തന്നെ രണ്ടുപേരും കൂടി പാട്ടുകൾ ഇറക്കിയിരുന്നു. ABBA യിലെ അഞ്ചാമൻ എന്നറിയപ്പെടുന്ന സ്റ്റിഗ് ആൻഡേഴ്സൺ എഴുതിയ ഗാനമായിരുന്നു ബ്യോണിന്റെയും ബെന്നിയുടെയും ആദ്യ ഹിറ്റ്ഗാനം. ഗാനം യൂറോവിഷൻ കോണ്ടസ്റ്റിലേക്കയച്ചെങ്കിലും തിരസ്കരിക്കപ്പെട്ടു. പിന്നീട് 1970 ലായിരുന്നു ബ്യോണും ബെന്നിയും ചേർന്നുള്ള ആദ്യ സിംഗിൾ. പിന്നീട് പല കവറുകളും അവർ പുറത്തിറക്കി.1969 ൽ ഒരു ടെലിവിഷൻ പരിപാടിക്കിടയിൽ വച്ച് ബ്യോൺ, അഗ്നെതയെ പരിചയപ്പെട്ടു. 1971 ൽ ബ്യോണും അഗ്നെതയും വിവാഹിതരായി. ലിൻഡ,

ക്രിസ്റ്റ്യൻ എന്ന രണ്ട് കുട്ടികളും അവർക്കുണ്ടായി. 1980-ൽ വിവാഹമോചനം നേടി. 1981 ജനുവരിയിൽ ബ്യോൺ, വീട്ടുകാരുടെ താത്പര്യത്തിൽ, തന്റെ സഹോദരിയുടെ വിവാഹത്തിനൊപ്പം തന്നെ ലെന എന്നൊരു മ്യൂസിക് ജേർണലിസ്റ്റിനെ വിവാഹവും കഴിച്ചു.

ചെറുപ്പക്കാരായ രണ്ട് ഭാര്യാഭർത്താക്കന്മാർ എന്നതായിരുന്നു മറ്റ് രാജ്യങ്ങളിൽ ABBAയുടെ ഇമേജ്. അതുകൊണ്ട് തന്നെ ഏറെ ആഘോഷിക്കപ്പെട്ട വിവാഹമോചനങ്ങളുമായിരുന്നു. ആദ്യമുണ്ടായിരുന്ന ബന്ധത്തിൽ രണ്ട് കുട്ടികൾ വീതമുണ്ടായിരുന്ന ബെന്നിയും, ഫ്രിഡയും പക്വതയോടെ വിവാഹമോചനത്തെ കൈകാര്യം ചെയ്തപ്പോൾ അതിനാടകീയമായ ഗാനങ്ങളും, കണ്ണീരും, പ്രതികാരവും, നിഗൂഢതയും ഒക്കെ ചേർന്നതായിരുന്നു ബ്യോണിന്റെയും അഗ്നെതയുടെയും വേർപ്പിരിയൽ.

I've played all my cards

And that's what you've done too

Nothing more to say

No more ace to play

The winner takes it all

The loser standing small

Beside the victory

That's her destiny എന്ന ബ്യോൺ എഴുതിയ ഗാനം അഗ്നെത വായിച്ചു കരഞ്ഞു എന്നു പറയപ്പെടുന്നു. ബ്യോണിന്റെ കാഴ്ചപ്പാടിലല്ല,

അഗ്നെതയുടെ കാഴ്ചപ്പാടിലാണ് ശ്രോതാക്കൾ പാട്ട് കേട്ടത്. നാൽപ്പത് കൊല്ലത്തിനു ശേഷം 2021 ലെ പുതിയ ആൽബത്തിലെ ഒരു പാട്ടിൽ

I still have faith in you

It stands above the crazy things we did

It all comes down to love എന്നു ഒരു പാട്ടിലും,

I have learned to cope

and love and hope

is why I am here now എന്നു മറ്റൊരു പാട്ടിലും ബ്യോൺ പറയുന്നെങ്കിലും അഗ്നെതയുടെ ആരാധകർ അത്ര എളുപ്പം ക്ഷമിക്കാൻ തയ്യാറായിട്ടില്ല. എന്തായാലും Gimme Gimme Gimme-യും Winner takes it all-ഉം എഴുതിയ ആളല്ലെ എന്നാണവരുടെ വാദം. എന്നാലും നാൽപ്പത് വർഷവും, പ്രായത്തിന്റെ പക്വതയും മനുഷ്യരെ എങ്ങനെയൊക്കെ മാറ്റുമെന്ന് പുതിയ പാട്ടുകൾ വീണ്ടും വീണ്ടും ചിന്തിപ്പിക്കുക തന്നെയാണ്.

ABBA യ്ക്കു ശേഷം ബ്യോണും ബെന്നിയും ചേർന്ന് Chess, Mama Mia, Mama Mia Here we go again, Christeena തുടങ്ങിയ മ്യൂസിക്കലുകൾ പല സമയങ്ങളിലായി പുറത്തിറക്കി. Mama Mia, Mama Mia Here we go again എന്നീ മ്യൂസിക്കലുകൾ ബ്യോണും ബെന്നിയും ചേർന്ന് രണ്ട് ഭാഗങ്ങളുള്ള സിനിമയാക്കി നിർമ്മിച്ചപ്പോൾ വൻവിജയമായി. പാട്ടുകൾ പുതിയ തലമുറയിലെത്തിയത് ABBA യെ സന്തോഷിപ്പിച്ചു. കൂടാതെ 1999-ൽ ഇറക്കിയ ABBA GOLD വൻവിജയമായതും ABBA-യ്ക്ക് പ്രചോദനമായി. പുതിയ തലമുറ സ്വീകരിക്കും എന്ന ആത്മവിശ്വാസമാണ് ABBATAR എന്ന ഡിജിറ്റൽ സംരംഭം തുടങ്ങാൻ പ്രേരിപ്പിച്ചതും, പിന്നീടത് ഒരോന്നായി

പുതിയ പാട്ടുകൾ ഉണ്ടാക്കാൻ പ്രചോദനമാവുകയും പാട്ടുകൾ പിന്നീട് ആൽബമായി മാറുകയും ചെയ്യുകയും ചെയ്തത്.

പുതിയ ആൽബത്തെക്കുറിച്ചു ബെന്നി പറഞ്ഞതിങ്ങനെ. "ലേഡീസ് വന്നപ്പോൾ ഞങ്ങൾക്കും, അവർക്കും സംശയമായിരുന്നു എന്താവുമെന്ന്. കാരണം ഞങ്ങളുടെ പ്രായം മുപ്പതുകളിലല്ല, എഴുപതുകളിലാണല്ലോ. പക്ഷേ, അവർ വന്നു മൈക്കെടുത്തു പാടി, എല്ലാം പെട്ടെന്ന് ശരിയായി. എന്റെ ഓർക്കെസ്ട്രയുടെ കൂടെ ജോലി ചെയ്യുന്നതാണ് ഏറ്റവും സന്തോഷമെന്ന് കരുതിയിരുന്നു. പക്ഷേ അഗ്നെതയും, ഫ്രിഡയും വന്നതോടെ അതിലുമുപരി സന്തോഷമായി."

ABBA യുടെ പ്രതീകം എന്നും അഗ്നെത തന്നെയായിരുന്നു. സ്വർണ്ണത്തലമുടിയും, നീലക്കണ്ണുകളും, ആരാധകർ കണ്ടെത്തിയ മറ്റെന്തൊക്കെയോ സൌന്ദര്യ സങ്കൽപ്പങ്ങളുമായി അഗ്നെത ആരാധകരുടെ ആവേശമായിരുന്നു. പക്ഷേ ആരാധകർ കൂട്ടത്തോടെ എത്തുമ്പോൾ അഗ്നെത, ആൾക്കൂട്ടത്തോടുള്ള പേടി, സ്റ്റേജിനോടുള്ള പേടി, തുറന്ന സ്ഥലങ്ങളോടും ഉയരങ്ങളോടുമുള്ള പേടി തുടങ്ങിയവയോട് മല്ലിടുകയായിരുന്നു. അത് രഹസ്യമൊന്നുമല്ല, ABBA യുടെ ഒരു പ്രധാന പാട്ടായ Chiquitita യിൽ പറയുന്നതിങ്ങനെ.

Chiquitita, tell me what's wrong

You're enchained by your own sorrow എന്ന ഗാനത്തിൽ വീണ്ടും സൂര്യരശ്മികൾ വന്നുതൊട്ടുണർത്തി, നീ വീണ്ടും നൃത്തം ചെയ്യുന്ന ഒരു കാലമുണ്ടാകും എന്ന പ്രതീക്ഷയാണുള്ളത്. എങ്കിലും മൈക്ക് കയ്യിലെടുത്തു കഴിയുമ്പോൾ അഗ്നെത, തികച്ചും ഒരു പ്രൊഫഷണലിനെ പോലെ പാടുമത്രേ.

ഒരു ഡിപ്പാർട്ട്മെന്റ് സ്റ്റോർ മാനേജറിന്റെ മകളായി 1950 ഏപ്രിൽ 5-ന് അഗ്നെത സ്വീഡനിൽ ജനിച്ചു. ആറാം വയസ്സിൽ സ്വന്തമായി ഒരു പാട്ടെഴുതി മാതാപിതാക്കളെ അത്ഭുതപ്പെടുത്തി. അഗ്നെതയുടെ അമ്മ തന്റെ രണ്ട് പെൺമക്കൾക്ക് വേണ്ടി ജീവിച്ച ഒരാളായിരുന്നത്രേ. എട്ടാം വയസ്സു മുതൽ അഗ്നെത പിയാനോ പഠിക്കുകയും പള്ളിയിലെ ക്വയറിൽ പാടിത്തുടങ്ങുകയും ചെയ്തു. കൂട്ടുകാരികളോടൊപ്പം ചെറിയ പരിപാടികളിലും പാടുമായിരുന്നു. പതിനഞ്ചാം വയസ്സിൽ സ്കൂൾ പഠനം ഉപേക്ഷിച്ച് പാട്ടിൽ ശ്രദ്ധ കേന്ദ്രീകരിക്കാൻ തീരുമാനിക്കുകയും അതിനുവേണ്ടി തലസ്ഥാനമായ സ്റ്റോക്ക്ഹോമിലേക്ക് താമസം മാറുകയും ചെയ്തു. ഒരു കാർ കമ്പനിയിൽ ടെലിഫോണിസ്റ്റ് ആയി ജോലി ചെയ്തുകൊണ്ട് ഒരു ഡാൻസ് ബാൻഡിൽ പാടാനാരംഭിച്ചു. ഡാൻസ് ബാൻഡുകളിൽ പാടിയുള്ള പരിശീലനം കൊണ്ടാണ് പിന്നീട് ആളുകളെ പിടിച്ചിരുത്തുന്നത് പോലെ സ്റ്റേജുകളിൽ പാടാൻ കഴിഞ്ഞതെന്ന് അഗ്നെത തന്നെ പറഞ്ഞിട്ടുണ്ട്. ബാൻഡിലുണ്ടായിരുന്ന ഒരാളുടെ ഒരു ബന്ധു ആൽബം ഇറക്കുകയും പാടാൻ അഗ്നെതയെ കരാറാക്കുകയും ചെയ്തു. അഗ്നെതയുടെ പതിനേഴാം വയസ്സിലിറങ്ങിയ ആൽബം അഗ്നെതയെ സ്വീഡനിലെ പ്രധാന പാട്ടുകാരിൽ ഒരാളാക്കി. അക്കാലത്ത് ബെന്നിയേക്കാളും ജനങ്ങളറിയുന്ന ആളായിരുന്നത്രേ അഗ്നെത. 1969-ൽ അഗ്നെത ആദ്യമായി ബ്യോണിനെ കണ്ടുമുട്ടി. അക്കാലത്ത് ബ്യോണും ബെന്നിയും ഒരുമിച്ച് ആൽബങ്ങളിറക്കാൻ തുടങ്ങിയിരുന്നു. 1971-ൽ ബ്യോണും അഗ്നെതയും വിവാഹിതരുമായി. വിവാഹത്തിന് ബെന്നിയായിരുന്നു പിയാനോ വായിച്ചത്. 1972-ൽ നാല്പേരുടെയും ആദ്യത്തെ ഹിറ്റ് ഗാനമായ "People need love" പുറത്തു വന്നു. സ്വീഡിഷ് ഫോക്ക് സംഗീതത്തിന്റെ സ്വാധീനവും പാട്ടിൽ വ്യക്തമാണ്. പിന്നീട് ABBA പ്രശസ്തിയുടെ മുകളിലിരിക്കുന്ന കാലത്ത് 1978-ൽ ദമ്പതികൾ

വേർപ്പിരിയുകയും, 1980-ൽ വിവാഹമോചനം നേടുകയും ചെയ്തു. അഗ്നെതയുടെ കൂട്ടുകാരും സഹപ്രവർത്തകരും പറയുന്നത് 1973-ൽ ആദ്യകുട്ടി ലിൻഡ ജനിക്കുന്നത് വരെ അഗ്നെത വളരെ സന്തോഷവതിയായിരുന്നു എന്നാണ്. മകളുണ്ടായി കഴിഞ്ഞപ്പോൾ പാട്ടു പാടുന്നതിനേക്കാൾ അഗ്നെതക്ക് കുട്ടിയുടെ കൂടെയിരിക്കുന്നതിനായിരുന്നത്രേ താത്പര്യം. ഒരു സാധാരണ ജീവിതം ആഗ്രഹിച്ചിരുന്ന ആളായിരുന്നത്രേ അഗ്നെത. കുട്ടിക്കാലത്ത് സ്വന്തമായി ഒരു മുറി പോലുമില്ലായിരുന്നെന്ന് അഗ്നെത പറയാറുണ്ട്. ബ്യോൺ ആവട്ടെ ലോകത്തിലെ നമ്പർ വൺ സ്ഥാനം പോകാതിരിക്കുന്നതിലായിരുന്നു കൂടുതൽ ശ്രദ്ധ കൊടുത്തിരുന്നത്.

1982-ൽ പ്രത്യേക അറിയിപ്പുകളൊന്നും ഇല്ലാതെ തന്നെ ABBA പിരിഞ്ഞു. ABBA യുടെ വേർപ്പിരിയലിന് ശേഷം, അഗ്നെത, സ്വീഡിഷിലും ഇംഗ്ലീഷിലുമായി കുറച്ച് സോളോ ആൽബങ്ങൾ ചെയ്തു. ഒരു സിനിമയിലും അഭിനയിച്ചു. പാട്ടുകൾ പല രാജ്യങ്ങളുടെയും ഹിറ്റ് ചാർട്ടിൽ ഇടം പിടിച്ചെങ്കിലും താത്പര്യം നഷ്ടപ്പെട്ട് ഇക്കാറോ എന്നൊരു ദ്വീപിൽ താരതമ്യേന ഒറ്റപ്പെട്ട ജീവിതം നയിക്കുകയാണ് അഗ്നെത. ബ്യോണുമായുള്ള വേർപ്പിരിയലും, 1979-ൽ അമേരിക്കൻ ടൂറിനിടയിൽ വിമാനം കൊടുങ്കാറ്റിലകപ്പെട്ട് ഇന്ധനവും തീർന്ന് ലാൻഡ് ചെയ്യാനാവാതെ വന്ന സംഭവവും അഗ്നെതയെ വല്ലാതെ തളർത്തുകയും മാനസിക ചികിത്സകൾ ആവശ്യമായി വരികയും ചെയ്തു. പിന്നീട് വിമാനത്തിലുള്ള യാത്രകൾ കഴിയുന്നത്ര ഒഴിവാക്കിയെങ്കിലും സ്വീഡനിൽ വച്ച് സഞ്ചരിച്ചിരുന്ന സ്വന്തം ബസ് ഭീകരമായ ഒരപകടത്തിൽ പെട്ടതും അഗ്നെത പുറം ലോകത്തിൽ നിന്നു ഉൾവലിയാൻ കാരണമാക്കി. പിന്നീട് 1990-ൽ ഹൃദയ ശസ്ത്രക്രിയ നടത്തുന്ന Dr. Tomas Sonnenfeld-മായി

വിവാഹിതയായെങ്കിലും 1993-ൽ വിവാഹമോചനം നേടി. 1994-ൽ മാതാവ് ആത്മഹത്യ ചെയ്തു 1995-ൽ പിതാവും മരിച്ചു. ഒറ്റപ്പെട്ടു പോയ തന്നെ ആരാധകർ വേട്ടയാടുകയായിരുന്നുവെന്ന് അഗ്നെത പല അഭിമുഖങ്ങളിലും പറഞ്ഞിട്ടുണ്ട്. പാട്ടെഴുത്തുകാരി കൂടിയായിരുന്ന അഗ്നെത ABBA യിലെ "Disillusion" എന്ന പാട്ട് സ്വന്തമായി എഴുതിയതാണ്. പിന്നീട് 1996-ലും, 2004-ലും ഒക്കെ സോളോ ആൽബങ്ങൾ ഇറക്കിയിരുന്നു. 1996-ൽ ആത്മകഥ പ്രസിദ്ധീകരിച്ചു. 2008 ജൂലൈ 4ന് "Mamma Mia" സിനിമയുടെ പ്രീമിയറിൽ വച്ച് ABBA യിലെ നാല് പേരും ഒരുമിച്ച് 22 വർഷത്തിന് ശേഷം ആദ്യമായി ആരാധകർക്ക് മുൻപിൽ വന്നു. അന്ന് മുതൽ പൊതുവേദികളിൽ മറ്റ് ABBA താരങ്ങളോടൊപ്പവും അല്ലാതെയും പ്രത്യക്ഷപ്പെട്ട് തുടങ്ങി. 2016-ൽ Daniel Ward എന്നൊരു ബ്രിട്ടീഷുകാരൻ അഗ്നെതയുടെ ജീവചരിത്രം എഴുതി പ്രസിദ്ധീകരിച്ചു. 2018 മുതൽ ABBA വീണ്ടും ഒന്നിക്കുകയും, ഒരുമിച്ച് പ്രവർത്തിക്കാനാരംഭിക്കുകയും ചെയ്തു.

"വോയേജ്" എന്ന ആൽബത്തിന്റെ പുറകിലെ കഥകളെക്കുറിച്ച് ചോദിക്കുമ്പോൾ ബ്യോൺ പറയും "ഞങ്ങൾ സന്തുഷ്ടരായിരുന്നെങ്കിലും എന്തോ ഒന്നിന്റെ അഭാവം തോന്നിയിരുന്നു. അഗ്നെതയും ഫ്രിഡയുമെത്തിയതോട് കൂടി പൂർണത തോന്നുന്നു."

ബെന്നി പറയുന്നതിങ്ങനെ "ആർട്ടിസ്റ്റുകൾ ഗേൾസ് ആയിരുന്നു. ഞങ്ങൾ മ്യൂസിഷൻസ് മാത്രം."

ആരാധകർ പറയുന്നു. "നാല് മാലാഖമാർ വീണ്ടും ഒന്നിച്ചു".

ABBA ലോകത്തിലെ ഏറ്റവും പ്രശസ്തരായ പോപ്പ് ഗായകർ എന്നു പറയുമ്പോഴെല്ലാം കൂടെ ബീറ്റിൽസിന് ശേഷം എന്നും കാണും. ഏറ്റവും കൂടുതൽ സ്വാധീനിച്ചതാരാണെന്ന് ചോദിച്ചാൽ ബ്യോണും ബെന്നിയും

ഒരേ സ്വരത്തിൽ പറയും "The Beatles" എന്ന്. അവർക്കാകാമെങ്കിൽ എന്തുകൊണ്ട് തങ്ങൾക്കായിക്കൂടാ എന്ന ചിന്തയാണ് എല്ലാത്തിനും തുടക്കമായതെന്ന് ബെന്നി പറയുമ്പോൾ അവരെ ദൈവത്തെപ്പോലെയാണ് കണ്ടിരുന്നതെന്നാണ് ബ്യോൺ പറയുന്നത്. 1970-ൽ ബീറ്റിൽസ് പിരിച്ചു വിട്ടു. എന്തായാലും "The Beatles" നെക്കുറിച്ച് ഒരു കഥയുണ്ട്. കഥ നടക്കുന്നത് 2009-ലാണ്. ജേംസ് റിച്ചാർഡ് എന്നൊരാൾ കാലിഫോർണിയയിലൂടെ തന്റെ നായയുമൊത്ത് സഞ്ചരിക്കുന്നതിനിടയിൽ ഇടയ്ക്ക് വിശ്രമിക്കാനായി ഒരിടത്ത് വാഹനം നിർത്തി. കുറച്ചു കഴിഞ്ഞ് നായ എന്തോ കണ്ടു അതിന്റെ പിറകെ ഓടി. ജേംസും പുറകെ ചെന്നു. അല്പനേരം കഴിഞ്ഞ് ഒരു മയക്കം പോലെ തൊന്നി. ഉണർന്നപ്പോൾ കണ്ടത് അപരിചിതമായ ഒരു മെഷീനും അടുത്ത് ജോനാസ് എന്നൊരു മനുഷ്യനെയുമായിരുന്നു. വഴിയിൽ വീണു കിടന്ന ജേംസിനെ താൻ മാറ്റിക്കിടത്തിയതാണെന്നും താനൊരു Inter dimensional travel agent ആണെന്നും അയാൾ പറഞ്ഞു. അവർ പല വിഷയങ്ങളും സംസാരിക്കുന്നതിനിടയിൽ തങ്ങളുടെ ലോകത്തും ബീറ്റിൽസ് ഉണ്ടെന്നും അവർ ഇപ്പോഴും പിരിയാതെ പാട്ടുകൾ ഉണ്ടാക്കുന്നുണ്ടെന്നും പറഞ്ഞു. Everyday Chemistry എന്ന ഭൂമിയിലില്ലാത്ത ഒരു കാസ്സറ്റ് ജേംസിന് കൊടുക്കുകയും ചെയ്തു. തിരികെ എത്തിയ ജേംസ് ആദ്യം ചെയ്തത് ഒരു വെബ്സൈറ്റ് ഉണ്ടാക്കി Everyday Chemistry അപ്‌ലോഡ് ചെയ്യുകയായിരുന്നു. ഇപ്പോഴും Everyday Chemistryയിലെ 11 പാട്ടുകൾ ഇന്റർനെറ്റിൽ ലഭ്യമാണ്. ഫേയ്ക്ക് ആണെന്നും പറഞ്ഞ് ഒരുപാട് ആർട്ടിക്കിളുകളും കൂടെ ലഭ്യമാണ്. എന്നാൽ പാട്ടുകൾ ബീറ്റിൽസിന്റേതല്ലെന്ന് തെളിയിക്കാനും കഴിഞ്ഞിട്ടില്ല. ഇടയ്ക്കുള്ള 40 വർഷം വേറെ ഏതെങ്കിലും സമാന്തര പ്രപഞ്ചത്തിൽ ABBA ഉണ്ടാക്കിയ പാട്ടുകൾ നമുക്കു കിട്ടുമോ?

"വോയേജ്" എന്ന ആൽബത്തെക്കുറിച്ച് ആദ്യം കുറെ നെഗറ്റിവ് അഭിപ്രായങ്ങൾ വന്നിരുന്നെങ്കിലും ഒരാഴ്ച കഴിഞ്ഞപ്പോൾ ഹിറ്റ് ചാർട്ടുകളിൽ ഒന്നാം സ്ഥാനത്തെത്തി. അല്ലെങ്കിലും മഹാന്മാർ നമ്മുടെ ഇഷ്ടങ്ങളിലേക്കിറങ്ങി വരികയല്ല ചെയ്യുന്നത് മറിച്ച് അവരുടെ തലത്തിലേക്ക് നമ്മളെ കൊണ്ടുപോവുകയാണ് ചെയ്യുന്നത്,

The history book on the shelf

Is always repeating itself എന്നു പാടിയതും ABBA ആണല്ലോ.

"വോയേജ്" അവസാനത്തെ ആൽബമാണെന്ന് ബെന്നി ഉറപ്പിച്ചു പറയുന്നു. ഞങ്ങൾക്ക് പ്രായമായി. ഇനി രണ്ട് മൂന്നു വർഷം കൊണ്ട് മറ്റൊരാൽബം അസാധ്യമാണ് എന്നു പറയുമ്പോഴും അവസാനവാക്ക് ലേഡീസ് പറയും എന്ന് ബ്യോണും ബെന്നിയും ഒരുമിച്ച് പറയുന്നു. എന്തായാലും "Ode to Freedom" എന്ന 'വോയേജ്'ലെ അവസാനത്തെ പാട്ടിൽ സ്വാതന്ത്ര്യത്തെക്കുറിച്ച് ആരെങ്കിലും എന്നെങ്കിലും നല്ലൊരു പാട്ടെഴുതുമായിരിക്കും എന്നു പ്രതീക്ഷിച്ചു കൊണ്ടാണ് ബ്യോൺ നിർത്തുന്നത്. എല്ലാ കടങ്ങളും വീട്ടി ABBA സ്വതന്ത്രരാകുമ്പോൾ കണ്ണു നിറയാതെ ആരാധകർക്ക് 'വോയേജ്'ലെ പല പാട്ടുകളും കേട്ടിരിക്കാനുമാവില്ല. ശുഭയാത്ര നേരുകയല്ലാതെ മറ്റുവഴികളില്ലല്ലോ.

12. ക്രിസ്മസ് കാല രാത്രികൾ

എല്ലാവരുടെയും ജീവിതത്തിൽ ഉണ്ടാകുമായിരിക്കുമെന്നു തോന്നുന്നു ക്രിസ്മസ്സിന്റെ വെളിച്ചം പലവർണ്ണങ്ങളിൽ ഹൃദയത്തിലേക്ക് കടന്നു വന്ന ഒരു ക്രിസ്മസ് കാല രാത്രി. പിന്നീടങ്ങോട്ട് അവധിക്കാല രാത്രികൾ ഗൃഹാതുരമായി മാറുകയാണ്. സാധാരണ ഇല്ലാത്ത എന്തൊക്കെയോ സന്തോഷങ്ങൾ ക്രിസ്മസ്സ്കാല രാത്രികൾക്കുണ്ടെന്ന് നമ്മൾ വിശ്വസിച്ചു തുടങ്ങുന്നു. വിശ്വാസം പോലെ സംഭവങ്ങൾ ഉണ്ടാവുകയും ചെയ്യും. മഞ്ഞും തണുപ്പും നിലാവുമൊക്കെയായി പ്രകൃതിയും നമ്മുടെ കൂടെ കൂടുകയും ചെയ്യും. നല്ലതായാലും ചീത്തയായാലും കുറെ ഓർമ്മകൾ സമ്മാനിച്ചായിരിക്കും അവധിക്കാലവും, ക്രിസ്മസ്സും, ഡിസംബറും ഒക്കെ മടങ്ങുന്നത്.

ഞങ്ങളുടെ ഒക്കെ കുട്ടിക്കാലത്ത് മുതിർന്നവർ വലിയ ഗൌരവക്കാരായിരുന്നു. ഇന്നത്തെപ്പോലെ കുട്ടികളുടെ സന്തോഷമൊന്നും അവർക്കൊരു വിഷയമേ അല്ലായിരുന്നു. എന്നാൽ ക്രിസ്മസ്സ്കാലമാകുമ്പോൾ മുതിർന്നവർ ആകെ മാറും. രണ്ടാം ക്ലാസിൽ വച്ചാണ് ഞാനാദ്യമായി മുതിർന്നവരുടെ മാറ്റം ശ്രദ്ധിക്കുന്നത്. ക്രിസ്മസ്സ് അവധിക്ക് തൊട്ടുമുൻപുള്ള ദിവസം സ്കൂളിലെത്തിയപ്പോൾ ആകെ അദ്ഭുതമായി. സ്കൂൾ മുറ്റത്തിന് ഒത്ത നടുവിലുണ്ടായിരുന്ന ചെമ്പകമരം വർണ്ണക്കടലാസുകളും ബലൂണുകളും കൊണ്ടലങ്കരിച്ചിരിക്കുന്നു. സ്വതവേ ഗൌരവക്കാരായിരുന്ന അധ്യാപികമാർ ചിരിച്ചുകൊണ്ട് ഓടിനടക്കുകയും അവിടവിടെയായി കുട്ടികളെ പാട്ടുപഠിപ്പികുകയും ഓരോ പരിപാടികൾക്കായി തയ്യാറാക്കുകയും ചെയ്യുന്നു.

വൈകിട്ട് വീട്ടിലെത്തിയപ്പോഴാവട്ടെ പപ്പ, വരാന്ത സ്റ്റാറുകൾ കൊണ്ടും, വർണ്ണക്കടലാസുകൾ കൊണ്ടും അലങ്കരിച്ചിരുന്നു. സ്വീകരണമുറി ക്രിസ്മസ്സ് കാർഡുകൾ കൊണ്ട് ഭംഗിയാക്കിയിരുന്നു. കാർഡുകളിലെ വിവിധ

നിറങ്ങളിലുള്ള അദ്ഭുതകരങ്ങളായ ചിത്രങ്ങളെക്കുറിച്ച് പപ്പയ്ക്ക് പറയാൻ ഓരോ കഥകളുമുണ്ടായിരുന്നു. തണുപ്പുരാജ്യങ്ങളിലെ നല്ല കുട്ടികൾക്ക് പുകക്കുഴലിലൂടെ ഇറങ്ങിവന്ന്, തീ കായാനുള്ള അടുപ്പുകൾക്കരികിൽ, ഉണക്കാനിട്ടിരിക്കുന്ന സോക്സുകളിൽ സമ്മാനങ്ങൾ വയ്ക്കുന്ന ക്രിസ്മസ് ഫാദറിനെക്കുറിച്ചും പറഞ്ഞു. റോസ് നിറമുള്ള സ്റ്റാറുകളിൽ നിന്നും മനോഹരമായ പ്രകാശം നോക്കിക്കൊണ്ട് ഉറങ്ങാൻ കിടന്ന എന്റെ സ്വപ്നങ്ങളിൽ പല വർണ്ണങ്ങളിലുള്ള സമ്മാനപ്പൊതികളും, വർണ്ണത്തിളക്കങ്ങളും നിറഞ്ഞു. വീടിനെയും, ക്രിസ്മസ്സ്കാലത്തെയും എന്നന്നേക്കുമായി ഗൃഹാതുരതയുടെ ചരടിൽ കെട്ടിയിട്ടിട്ടാണ് അത്തവണത്തെ ക്രിസ്മസ്സ്കാലം കടന്നുപോയത്. പിന്നെ അടുത്തകൊല്ലം വരെയുള്ള കാത്തിരിപ്പാണ്. കാരണം, ജനുവരി 2 എന്നൊരു ദിവസമുണ്ടെങ്കിൽ നേരം വെളുക്കുമ്പോൾ തന്നെ പപ്പ, അലങ്കാരങ്ങളെല്ലാം എവിടെയോ കൊണ്ടുപോയി വയ്ക്കുമായിരുന്നു.

പിന്നെ, കാലങ്ങൾ കഴിഞ്ഞപ്പോൾ, മോൻ കുട്ടിയായിരുന്ന സമയത്ത് അവനെ എങ്ങനെ സന്തോഷിപ്പിക്കാം എന്നായി ഞങ്ങളുടെ ചിന്ത. കുട്ടികളെ എത്രമാത്രം കരുതുന്നുവോ, അതേ നിരക്കിലായിരിക്കും ദൈവം മാതാപിതാക്കൾക്ക് സന്തോഷം നല്കുന്നത് എന്നു ഞാൻ വിശ്വസിച്ചിരുന്നു. കാലങ്ങൾ കഴിഞ്ഞ്, പപ്പയുടെ മരണശേഷം മറ്റൊന്ന് കൂടി മനസ്സിലായി, ജീവിച്ചിരിക്കുന്ന രക്ഷിതാക്കളേക്കാൾ മക്കളെ വഴി കാണിക്കാൻ കഴിവുള്ളവരാണ് മരിച്ചു പോയ മാതാപിതാക്കൾ എന്ന്.

'എന്തായാലും മോന്റെ കുട്ടിക്കാലത്തെ ക്രിസ്മസ് ദിനങ്ങൾ മനോഹരമാക്കാൻ ഞങ്ങൾ എപ്പോഴും ഓരോരോ കാരണങ്ങൾ കണ്ടുപിടിച്ചു. മൂന്നു വയസ്സു തുടങ്ങി ക്രിസ്മസ്ട്രീയുടെ ചുവട്ടിൽ സമ്മാനപ്പൊതികൾ വയ്ക്കുമായിരുന്നു. പുകക്കുഴൽ ഇല്ലാത്തത് കൊണ്ട്,

എല്ലാവരും ഉറങ്ങിക്കഴിയുമ്പോൾ ബാൽക്കണിയിലൂടെ ക്രിസ്മസ്സാദർ കയറിവന്ന് സമ്മാനം കൊണ്ടുവെക്കും എന്നവനെ വിശ്വസിപ്പിച്ചു. കുറെ വർഷങ്ങൾ അവനത് വിശ്വസിച്ചിരുന്നു.

ഇടയ്ക്കൊരുവർഷം മാത്രം അവൻ ചോദിച്ചു.

"മമ്മാ, എനിക്കൊരു സംശയം. ക്രിസ്മസ്സാദർ സിറ്റി സെൻ്ററിൽ നിന്നാണോ സമ്മാനങ്ങൾ വാങ്ങുന്നത്?"

"അതെന്താ അങ്ങനെ തോന്നാൻ?"

"സിറ്റി സെൻ്ററിൻ്റെ സ്റ്റിക്കറിൻ്റെ കുറച്ചു ഭാഗം കാണാം"

ഞാൻ നോക്കിയപ്പോൾ വളരെ ചെറിയൊരു ഭാഗം ആയിരുന്നു. ചിരിയടക്കി ഞാൻ പറഞ്ഞു "ചിലപ്പോൾ ആയിരിക്കും." പിന്നെയും കുറെ വർഷം കൂടി അവൻ അക്കഥ വിശ്വസിച്ചിരുന്നു. എട്ടോ ഒൻപതോ വയസ്സുള്ളപ്പോൾ അവൻ പറഞ്ഞു " ക്രിസ്മസ്സാദറല്ല, ക്രിസ്മസിന് ഫാദറാണീ സമ്മാനപ്പൊതികൾ വയ്ക്കുന്നതെന്ന്." കുട്ടികൾ നമ്മുടെ സന്തോഷങ്ങൾക്കപ്പുറം സന്തോഷങ്ങൾ തേടിപ്പോകുമ്പോൾ ഓർമ്മകളിൽ നിന്ന് എടുത്തെഴുതാനല്ലേ രക്ഷിതാക്കൾക്ക് കഴിയൂ.

ഞങ്ങളുടെ ഫ്ലാറ്റിൽ നിന്നു നോക്കുമ്പോൾ റോഡിനപ്പുറമുള്ള അറബിസ്കൂളിന് പുറകിലായി സൂര്യനസ്തമിക്കുന്നത് കാണാം. ഓരോ ഋതുക്കൾ കഴിയുമ്പോഴും അസ്തമനസ്ഥലം സ്കൂളിൻ്റെ ഒരറ്റത്ത് നിന്നും മറ്റെ അറ്റത്തെക്കു മാറും. കോറോണക്കാലമായതോടെ പണി പോയി വീട്ടിലിരിപ്പായപ്പോൾ മുതൽ ദിവസങ്ങളുടെ നീളം കൂടി വരുന്നതും, കുറഞ്ഞു വരുന്നതുമൊക്കെ ഞാൻ ശ്രദ്ധിച്ചു തുടങ്ങിയിരുന്നു.. ഏഷ്യൻ രാജ്യങ്ങളിലെ പോലെയല്ല, സ്കാൻഡിനേവിയൻ രാജ്യങ്ങൾ ഉൾപ്പടെ പല

വടക്കൻ യൂറോപ്പിൽ ദിവസങ്ങളുടെ നീളം കൂടുന്നതും കുറയുന്നതും മണിക്കൂറുകളുടെ വ്യത്യാസത്തിലാണ്. വടക്കൻ യൂറോപ്പിലൊക്കെ മൂന്നോ നാലോ മണിക്കൂറൊക്കെയാണ് ഡിസംബറിൽ പകൽ ഉള്ളത്. റോമൻ ചക്രവർത്തിയായ കോൺസ്റ്റന്റൈൻ AD 330ൽ ക്രിസ്മസ് മിത്തുകളെയെല്ലാം കൂട്ടിച്ചേർത്ത്, അംഗീകരിക്കാവുന്നവയെയും, അംഗീകരിക്കാൻ പറ്റാത്തവയെയും വേർത്തിരിച്ച് AD 336ൽ ക്രിസ്മസ് ആഘോഷിക്കാനായി ഡിസംബർ 25 തിരഞ്ഞെടുത്തതിന് പിന്നിൽ കാലാവസ്ഥയിലെ പ്രത്യേകതകളാണുള്ളത്. ഇരുട്ടിനെ തോല്പ്പിച്ചു വരുന്ന വെളിച്ചത്തിന്റെ വിജയം എന്ന ആശയം അദ്ദേഹത്തെ ആകർഷിച്ചിരുന്നിരിക്കണം. ഏറ്റവും നീളം കുറഞ്ഞ പകൽ ഡിസംബർ 21 നാണ്. പിന്നെ ജൂൺ 21 വരെ പകൽ കൂടി കൂടി രാത്രിയേ ഇല്ലാത്ത ദിവസമാകും ജൂൺ 21. ഇരുട്ടിനെ തോല്പ്പിച്ചു വരുന്ന സൂര്യന്റെ വിജയം എന്ന നിലയിൽ ഡിസംബർ 25 യൂറോപ്പിലെ പല നാടുകളും ആഘോഷിച്ചിരുന്നത്രേ. കോൺസ്റ്റന്റൈൻ ചക്രവർത്തി ഡിസംബർ 25 തിരഞ്ഞെടുക്കാൻ മറ്റൊരു കാരണം ഡിസംബർ 25 നേരത്തെ തന്നെ ഒരാഘോഷദിവസമായിരുന്നത് തന്നെയാവാം.

ഡിസംബർ 25 പോലെ തന്നെ ബൈബിളിൽ ഇല്ലാത്ത ഒരു സങ്കൽപ്പമാണ് സാൻറക്ലോസ്സ്. ഇക്കാലത്ത് എല്ലാവർക്കുമറിയാം സാൻറക്ലോസ്സിന്റെ ജീവിതകഥ. തുർക്കിയിലെ തുറമുഖ പട്ടണമായ പത്താറയിലെ ലിസിയ എന്ന സ്ഥലത്ത് ഒരു ധനിക കുടുംബത്തിൽ നിക്കോളാസ് എന്നൊരു കുഞ്ഞ് ജനിച്ചു. ചെറുപ്പത്തിലേ ദാനശീലനായിരുന്നു നിക്കോളാസ്. പാവപ്പെട്ടവരുടെ വീടുകളിലേക്കു രാത്രിയിൽ ചിമ്മിനിയിലൂടെയും ജനലിലൂടെയും സ്വർണ്ണനാണയങ്ങളും സമ്മാനങ്ങളും ഇട്ടുകൊടുത്ത് അവരെ അദ്ഭുതപ്പെടുത്തുമായിരുന്നത്രേ.

പത്തൊൻപതാം വയസ്സിൽ എല്ലാമുപേക്ഷിച്ച് വൈദികനായി. റോമൻ ചക്രവർത്തിമാർ ക്രിസ്ത്യാനികൾക്കെതിരെ ആക്രമണം തുടങ്ങിയപ്പോൾ അദ്ദേഹം തടവിലാക്കപ്പെട്ടിട്ടുണ്ട്. പിന്നീട് അദ്ദേഹം പാലസ്തീനിലും മറ്റും സഞ്ചരിച്ചു. ഒരു ബിഷപ്പായതിന് ശേഷവും അദ്ദേഹം പാവങ്ങളെ സഹായിക്കുമായിരുന്നു. പിന്നീടദ്ദേഹം വിശുദ്ധനായി പ്രഖ്യാപിക്കപ്പെട്ടു. അദ്ദേഹത്തെയാണ് സാൻറക്ലോസ്സ് ആയി നമ്മൾ കരുതുന്നതെന്ന് കൂടുതൽ ആളുകളും വിശ്വസിക്കുന്നു. ഒരിക്കൽ സമ്മാനങ്ങൾ കൊടുത്ത് തളർന്നു പോയ സാന്റയുടെയും റെയിൻഡിയറുകളുടേയും മുമ്പിൽ ഒരു മാലാഖ പ്രത്യക്ഷപ്പെട്ട് തെന്നുവണ്ടിയിൽ പറന്നു നടക്കാനുള്ള വരവും, കളിപ്പാട്ടങ്ങളുണ്ടാക്കാൻ സഹായിക്കാനായി 4 ചെറിയമനുഷ്യരെയും കൊടുത്തു എന്നു പറയപ്പെടുന്നു. കിഴക്കൻ സംസ്കാരത്തിന്റെ ഭാഗമായിരുന്നെങ്കിലും കവിതകളിലൂടെയും, ചിത്രങ്ങളിലൂടെയും പാശ്ചാത്യരാണ് സാൻറക്ലോസ്സ് സങ്കല്പം ജനകീയമാക്കിയത്. ക്രിസ്തുവർഷത്തിന്റെ ആദിഅനൂറ്റാണ്ടുകളിൽ സാൻറക്ലോസ്സ് എന്നൊരു സങ്കല്പമേ ഉണ്ടായിരുന്നില്ലത്രെ. പിന്നീട് St. Nicholasൻറെ (AD 270-343) കാലശേഷമാണ് സാൻറക്ലോസ്സ് സങ്കല്പം ഉണ്ടാകുന്നത്.

എന്നാൽ യാഥാർത്ഥത്തിൽ സാൻറക്ലോസ്സ് സങ്കല്പത്തിന് ക്രിസ്തസ്സിനെക്കാൾ പഴക്കമുണ്ട്. സൂര്യന്റെ വിജയമായഘോഷിക്കുന്ന ഉത്സവത്തിലും നല്ല കുട്ടികൾക്ക് സമ്മാനങ്ങളും, ചീത്ത കുട്ടികൾക്ക് കരിക്കട്ടയും കൊടുക്കുന്ന പച്ചക്കുപ്പായമിട്ട ഒരു വൃദ്ധൻ ഉണ്ട്. സ്കാൻഡിനേവിയൻ രാജ്യങ്ങളിലും ഫിൻലാൻഡിലും യുളുപുക്കി എന്ന് ആ വൃദ്ധൻ അറിയപ്പെട്ടിരുന്നു. പതിനാറാം നൂറ്റാണ്ടിൽ ഹെൻറി എട്ടാമൻ ക്രിസ്തുമതത്തെ നവീകരിച്ചപ്പോൾ ക്രിസ്തസ്സിന്റെ സന്തോഷം പകർന്നു നല്കുന്ന ആളായി പച്ച ഫർകുപ്പായമിട്ട ഒരു വൃദ്ധനെ ഫാദർ ക്രിസ്തസ്സ് എന്ന

പേരിൽ അവതരിപ്പിച്ചു കൂടാതെ St. Nicholasൻറെ ഫീസ്റ്റ് ഡേ ഡിസംബർ 6ൽ നിന്ന് ഡിസംബർ 25 ലേക്ക് മാറ്റുകയും ചെയ്തു. Christmas Carol എന്ന നോവലിൽ ക്രിസ്മസ്സിന്റെ സന്തോഷം പകര്ന്നു നല്കുന്ന ആളായി ഒരാളുണ്ട്. ഹോളണ്ടിൽ St. Nicholas, Sinterklass എന്നറിയപ്പെട്ടിരുന്നു. പല യൂറോപ്യൻ രാജ്യങ്ങളിലും Sinterklassന്റെ ഫീസ്റ്റ് ഡേ ഡിസംബർ 6 തന്നെയാണ്. ഇന്നത്തെ ചുവന്ന വസ്ത്രങ്ങളണിഞ്ഞ സാൻറക്ലോസ്സ് ജർമനിയിൽ ജനിച്ച അമേരിക്കൻ കാർട്ടൂണിസ്റ്റ് ആയ തോമസ് നാസ്റ്റ് 1863 ൽ സൃഷ്ടിച്ചതാണ്. ജർമനിയിലെയും, യൂറോപ്പിലെ പ്രൊട്ടസ്റ്റന്റ് സങ്കല്പങ്ങളെക്കൂടി അടിസ്ഥാനമാക്കിയാണ് തോമസ് നാസ്റ്റ് ഇന്നത്തെ സാന്റയെ സൃഷ്ടിച്ചതെന്ന് പറയപ്പെടുന്നു. 1920 കളിൽ കൊക്ക-കോള കമ്പനി, ചുവന്ന വസ്ത്രങ്ങളണിഞ്ഞ സാൻറ കുട്ടികളുടെ കത്തു വായിക്കുന്നതിനിടയിൽ കൊക്ക-കോള കുടിക്കുന്ന ഒരു പരസ്യം ഇറക്കി. അതോടെ സാൻറ ഭയങ്കരമായി ജനകീയമായി. ഇന്നത്തെ സാൻറയുടെ സന്തോഷമുള്ള വൃദ്ധൻ എന്ന പ്രതിച്ഛായ പിന്നെയും പരിണമിച്ചുണ്ടായതാണ്.

ഞങ്ങളുടെ കുട്ടിക്കാലത്ത് റഷ്യൻ കൃതികളുടെ വിവർത്തനങ്ങളും, ഭംഗിയുള്ള പുറംചട്ടകളും തിളങ്ങുന്ന കടലാസുകളുമുള്ള കുട്ടികൾക്കുള്ള സചിത്ര പുസ്തകങ്ങളും ധാരാളമായി ഉണ്ടായിരുന്നു. പ്രഭാത് ബുക്ക്ഹൌസ് എന്നെഴുതിയ വാനിലുള്ള ബുക്ക്ഹൌസിൽ നിന്ന് വാങ്ങുന്ന ബുക്കുകൾ ആവേശത്തോടെയായിരുന്നു വായിച്ചിരുന്നത്. എന്നും ഓർമ്മയിലുള്ള അതിലൊരു പുസ്തകമായിരുന്നു "കുട്ടിക്കഥകളും ചിത്രങ്ങളും". പുസ്തകത്തിലെ പെയിന്റിങ്ങുകൾ കണ്ടാൽ റഷ്യ ആണ് ലോകത്തിലെ ഏറ്റവും മനോഹരമായ സ്ഥലമെന്ന് തോന്നും. ബുക്കിലെ അവസാനത്തെ കഥയായിരുന്നു പുതുവത്സരം എന്ന കഥ. കുട്ടികൾ രാവിലെ എണീറ്റ് നോക്കിയപ്പോഴാണ് ഡിസംബർ 31 ആണെന്നറിഞ്ഞത്. നവവത്സരത്തിന്

അലങ്കരിക്കാനുള്ള ഫർമരങ്ങൾ കിട്ടിയില്ലല്ലോ, മഞ്ഞപ്പൂപ്പൻ മറന്നു പോയതായിരിക്കും എന്നവർ കരുതുന്നു. കുട്ടികൾക്കൊരു ബുദ്ധി തോന്നുന്നു. അവർ പുറത്തിറങ്ങി മഞ്ഞു കൊണ്ട് ഒരു വലിയ ബോളും ഒരു ചെറിയ ബോളും ഉണ്ടാക്കി, കരിക്കട്ടെ കൊണ്ട് കണ്ണുകളും, ക്യാരറ്റ് കൊണ്ട് മൂക്കും, ചുള്ളിക്കമ്പ് കൊണ്ട് കൈകളും ഉണ്ടാക്കി. ഒരു കറുത്ത ബക്കറ്റ് തൊപ്പിപൊലെ തലയിൽ കമഴ്ത്തിയും വച്ച് ഒരു മഞ്ഞുമനുഷ്യനെ ഉണ്ടാക്കി. എന്നിട്ട് കുട്ടികൾ ചുറ്റും കൂടിനിന്ന് പാടി

"മഞ്ഞുമനുഷ്യാ മഞ്ഞുമനുഷ്യാ
ധീരതയേറിയ മഞ്ഞുമനുഷ്യാ
ഇരുണ്ടുതിങ്ങിയ കാട്ടിൽ പോയി-
ട്ടെഴുത്ത് നല്കുക നീ വേഗം
മഞ്ഞപ്പൂപ്പന് കത്ത് ലഭിച്ചാൽ
ഇന്നദ്ദേഹം സമ്മാനിക്കും
പച്ചപിടിച്ചൊരു ഫർവൃക്ഷം
മെച്ചം കൂടിയ ഫർവൃക്ഷം"

എന്നിട്ട് കുട്ടികൾ തങ്ങളുടെ ആവശ്യം മഞ്ഞപ്പൂപ്പന് ഒരു കത്തിലെഴുതി മഞ്ഞുമനുഷ്യന്റെ കയ്യിൽ കൊടുത്തുവിട്ടു. കനത്ത മഞ്ഞുവീഴ്ചയ്ക്കിടയിൽ ഒരുവിധത്തിൽ മഞ്ഞുമനുഷ്യൻ കത്ത് മഞ്ഞപ്പൂപ്പനെ എൽപ്പിച്ചു. മഞ്ഞപ്പൂപ്പൻ നല്ലൊരു ഫർമരം കുട്ടികൾക്കായി കൊടുത്തുവിട്ടു. വൈകീട്ട് കുട്ടികൾ നോക്കിയപ്പോൾ വീടുകൾക്ക് നടുവിലായി നല്ലൊരു ഫർമരവും, ഒരു ബക്കറ്റും, ഒരു ക്യാരറ്റും, കുറച്ചു കരിക്കട്ടകളും, ചുള്ളിക്കമ്പുകളും കണ്ടു. മഞ്ഞുമനുഷ്യന്റെ അവസ്ഥയിൽ സങ്കടമായ കുട്ടികൾ അതിനെ വീണ്ടും ഉണ്ടാക്കി. ഫർമരം പുതുവത്സരത്തിന് വേണ്ടി അലങ്കരിക്കുകയും ചെയ്തു. ഈ കഥയുടെ ഓരോ വാചകത്തിനും ഓരോ ചിത്രവും ഉണ്ടായിരുന്നു. ഇപ്പോഴും പുതുവത്സരത്തിൽ ഞാനാക്കഥ ഓർക്കാറുണ്ട്.

മഞ്ഞപ്പൂപ്പനെക്കുറിച്ച് തിരഞ്ഞപ്പോൾ എനിക്കു സ്നോമാൻ എന്ന മഞ്ഞുമനുഷ്യനെയും, 'Ded Moroz' എന്ന മഞ്ഞപ്പൂപ്പനെയും കുറിച്ച് വായിക്കാൻ കഴിഞ്ഞു. 'Ded Moroz' എന്നറിയപ്പെടുന്ന മഞ്ഞപ്പൂപ്പൻ റഷ്യൻ സംസ്കാരത്തിന്റെ ഭാഗമാണ്. 'Ded Moroz' എന്ന പേരിനർത്ഥം Grandpa Frost എന്നാണ്. സാൻറക്ലോസ്സിന് സമാനമായ സ്ഥാനമാണ് മഞ്ഞപ്പൂപ്പന്. നീലക്കുപ്പായമിട്ട മഞ്ഞപ്പൂപ്പൻ, മറ്റ് പിതൃരൂപങ്ങളിൽ നിന്ന് വ്യത്യസ്തനായി, തന്റെ കൊച്ചുമകളോടൊപ്പമാണ് സഞ്ചരിക്കുന്നത്. കൂടാതെ നവവത്സരത്തിലാണ് നല്ല കുട്ടികൾക്ക് ഫർമരങ്ങൾക്ക് താഴെ സമ്മാനങ്ങൾ വയ്ക്കുന്നത്.

പ്രായമാകുമ്പോൾ മാതാപിതാക്കൾക്ക് ക്രിസ്മസ് ദിനങ്ങൾ കാത്തിരിപ്പിന്റെ ദിവസങ്ങളാണ്. ഒരു നല്ല വിഭാഗം മുതിർന്ന കുട്ടികളും ഏതെങ്കിലുമൊക്കെ രാജ്യങ്ങളിൽ പ്രവാസത്തിലായിരിക്കും. ക്രിസ്മസിന് എല്ലാ വഴികളും വീട്ടിലേക്ക് എന്ന പഴയ പാട്ട് വെറുതെയാണെന്ന് തോന്നും മാതാപിതാക്കൾക്ക്. ചിത്രങ്ങളിൽ കാണുന്ന രാജ്യങ്ങളിലേക്കൊക്കെ കുട്ടികൾ സഞ്ചരിച്ചു തുടങ്ങിയ ഇക്കാലത്ത് അവരെയും കുറ്റം പറയാനാവില്ല. അപ്പൂപ്പന്മാരുടെ കൂടെ നടക്കുന്ന കുട്ടികളും കുറയുന്നു. മാതാപിതാക്കൾ ഓർമ്മയാകുമ്പോൾ പിന്നെ നാട്ടിൽ വരുന്നതും കുറഞ്ഞു തുടങ്ങും. ക്രിസ്മസ്കാലം പകർന്നു കൊടുക്കുന്ന സന്തോഷം പോലെ മാതാപിതാക്കളുടെ അനുഗ്രഹങ്ങളും നല്ല മനസ്സുള്ള കുട്ടികൾക്ക് വേണ്ടി കാത്തിരിക്കുന്നുണ്ടെന്ന് ഓർക്കാനെങ്കിലും അവർക്കു സമയം കിട്ടിയിരുന്നെങ്കിൽ.

13. ഋതുഭേദകല്പനകൾ

ഋതുക്കളുമായോ മാസങ്ങളുമായോ ബന്ധപ്പെട്ട മലയാളസിനിമാഗാനങ്ങൾ വലിയ ജനപ്രീതി നേടാറുണ്ട്. നമ്മുടെയൊക്കെ ജീവിതവുമായും, ഓർമ്മകളുമായും ഇഴചേർന്നു കിടക്കുന്നവയാണ് പലതും. കേരളത്തിൽ മൂന്നു ഋതുക്കളാണ് പ്രധാനമായും ഉള്ളതെങ്കിലും, നമ്മുടെ കവികൾ ഇന്ത്യയിലെ മുഴുവൻ ഋതുക്കളെയും എടുത്തു ഉപയോഗിക്കാറുണ്ട്. വേനൽക്കാലം, മഴക്കാലം, മഞ്ഞുകാലം എന്നിങ്ങനെയാണ് കേരളത്തിലെ ഋതുക്കളെങ്കിലും ഇന്ത്യ മുഴുവൻ ഉള്ള ഋതുക്കൾ ആറെണ്ണമാണ്. മാർച്ച്, ഏപ്രിൽ-വസന്തം, മെയ്, ജൂൺ-ഗ്രീഷ്മം, ജൂലൈ, ഓഗസ്റ്റ്-വർഷം, സെപ്റ്റംബർ, ഒക്ടോബർ-ശരത്, നവംബർ, ഡിസംബർ-ഹേമന്തം, ജനുവരി, ഫെബ്രുവരി-ശിശിരം.

ഏറ്റവും കൂടുതൽ പാട്ടുകൾ വസന്തത്തെയും ഹേമന്തത്തെയും കുറിച്ചാണെന്ന് കരുതിയിരുന്നെങ്കിലും മഴപ്പാട്ടുകളും ഒട്ടും പിന്നിലല്ല എന്ന് തിരഞ്ഞപ്പോൾ മനസ്സിലായി. മരുഭൂമിയല്ലാത്തിടത്തെല്ലാം വസന്തം വർണ്ണങ്ങൾ നിറഞ്ഞ ആകാശമാണ്. കേരളത്തിൽ കണിക്കൊന്ന ഉൾപ്പടെ മഞ്ഞയും, റോസും, ചുവപ്പും, വയലറ്റും നിറമുള്ള പൂമരങ്ങൾ ആകാശം നിറയ്ക്കുമ്പോൾ കവികൾ എഴുതിയില്ലെങ്കിലല്ലെ അത്ഭുതമുള്ളൂ. വസന്തത്തിൽ നിന്ന് തന്നെ തുടങ്ങാം.

പത്മരാജന്റെ 'കൂടെവിടെ?' എന്ന സിനിമയിലെ 'പൊന്നുരുകും പൂക്കാലം' ആണ് ആദ്യം ഓർമ്മയിലെത്തുന്നത്. എനിക്കേറ്റവും ഇഷ്ടപ്പെട്ട ജോൺസൺ മാഷുടെ പാട്ടും ഒ.എൻ.വി എഴുതിയ 'പൊന്നുരുകും പൂക്കാലം' തന്നെ. 'പൂവാക കാടിനുപൊൻ കുട ചൂടി ആലോലം' എന്നും 'കാടാകെ കാവടിയാടുകയായി തന്നാനം' എന്നും കവി. ജാനകിയമ്മയുടെ ശബ്ദവും.

ഒ.എൻ.വി തന്നെ എഴുതിയ മദനോത്സവത്തിലെ 'മേലെ പൂമല, താഴെ തേനല' വസന്തത്തിന്റെ നിറവും, താളവും, ഈണവും എല്ലാം ഓർമ്മപ്പെടുത്തുന്നു. സലിൽ ചൌധരിയുടെ ഏറ്റവും നല്ല പാട്ടുകളിലൊന്നാണിത്.

ശ്രീകുമാരൻ തമ്പി എഴുതിയ

'പൂ നിറഞ്ഞാൽ പൂമുടിയിൽ മധുമധുരം

നീ കനിഞ്ഞാൽ ഓർമ്മകളിൽ അതിമധുരം"

പൂക്കളെയും ജീവിതത്തെയും കൂട്ടിവായിക്കുന്ന, തമാശയും കൂട്ടിക്കലർത്തി എഴുതുയിരിക്കുന്ന, മനസ്സിൽ വസന്തം നിറയ്ക്കുന്ന സലിൽദായുടെ മറ്റൊരു പാട്ട്.

'വസന്തമേളയിതിൽ നാമലിയും

വാസരസങ്കല്പ സുഖം നുകരും' എന്നും കവി തുടരുന്നു.

ചില്ലിലെ 'ചൈത്രം ചായം ചാലിച്ചു

നിന്റെ ചിത്രം വരയ്ക്കുന്നുവോ'

എന്ന പാട്ട് ചില്ലിലെ മറ്റ് ഗാനങ്ങളെ പോലെ തന്നെ, ഞങ്ങളുടെ തലമുറയെ എങ്കിലും കീഴടക്കിയ ഒരു പാട്ടാണ്. ഒ.എൻ.വി എഴുതി, എം. ബി ശ്രീനിവാസൻ സംഗീതം കൊടുത്തിരിക്കുന്നു. ചൈത്രം ഏത് മാസമാണെന്ന് തിരക്കി ചെന്നപ്പോഴാണ് വസന്തം തന്നെയാണെന്ന് മനസ്സിലായത്. ശകവർഷത്തിലെ ആദ്യ മാസമാണ് ചൈത്രം. സൂര്യരാശിചക്രത്തിലെ ആദ്യ രാശിയായ Aries ആരംഭിക്കുന്ന മാർച്ച് 21 ന് തന്നെയാണ് ചൈത്രവും ആരംഭിക്കുന്നത്. പകലും രാത്രിയും ഒരു പോലെ വരുന്ന വസന്ത വിഷുവം ആയ മാർച്ച് 21 ആണ് ശകവർഷാരംഭം. മുപ്പതും മുപ്പത്തൊന്നും ദിവസങ്ങളുള്ള മാസങ്ങളാണ് ശകവർഷത്തിനുള്ളത്. A.D.78ൽ മഹാരാഷ്ട്രയിൽ നിന്നും ഭാരതം ഭരിച്ചിരുന്ന ശതവാഹന രാജാവായ ശാലിവാഹനൻ ശകവർഷം ആരംഭിച്ചു. ഇപ്പോഴത്തെ 1957-ൽ ഭാരതത്തിന്റെ ദേശീയ കലണ്ടർ ആയി ശാകകലണ്ടറിനെ തിരഞ്ഞെടുത്തു. ഗ്രിഗോറിയൻ(ഇംഗ്ലീഷ്) കലണ്ടറിലെ തീയതികൾക്കൊപ്പം തന്നെ ശകവർഷത്തിലെ തീയതികളും ഇന്ത്യൻ ഗവർമെന്റിന്റെ വിനിമയങ്ങളിലും, ഗസ്സറ്റിലും, All India Radio യിലും ഉപയോഗിക്കുന്നുണ്ട്. കൂടാതെ നേപ്പാളിലും ഇൻഡോനേഷ്യയിലും ശാക കലണ്ടർ പ്രചാരത്തിലുണ്ട്.

ചൈത്രമാസം കഴിഞ്ഞാൽ വൈശാഖമാസമാണ്. നമ്മുടെ കവികൾ എന്തായാലും ശകവർഷത്തെ ശരിക്ക് ഉപയോഗപ്പെടുത്തിയിട്ടുണ്ട്.

'വൈശാഖപൌർണ്ണമിയോ നിശയുടെ ചേങ്ങിലയോ

ആരോ പാടും ശൃംഗാരപദമോ കോകിലകൂജനമോ' എന്ന പരിണയത്തിലെ പാട്ടും വസന്തരാത്രിയെക്കുറിച്ച് തന്നെ. ഏപ്രിൽ-മെയ് മാസങ്ങളിലെ രാത്രികളെക്കുറിച്ച്. യൂസഫലി കേച്ചേരിയുടെ വരികൾക്ക് ബോംബേ രവി ഈണം കൊടുത്തിരിക്കുന്നു.

'പൂവുകൾക്ക് പുണ്യകാലം മെയ്മാസരാവുകൾക്ക് വേളിക്കാലം നക്ഷത്രത്തിരി കൊളുത്തും നിലാവിന്റെ കൈകളിൽ നിശ്ചയതാംബൂല താലം'കുട്ടിക്കാലം തൊട്ടേ കേൾക്കുന്ന മറ്റൊരു പാട്ടാണ്. വയലാർ-ദേവരാജൻ ടീമിന്റെ ഒരു അനശ്വര ഗാനം.

നഷ്ടവസന്തത്തെ ഓർമ്മിപ്പിക്കുന്ന' മിഴിയോരം നനഞ്ഞൊഴുകും മുകിൽ മാലകളോ നിഴലോ എന്ന ഗാനം മിക്കവാറും എല്ലാ ഋതുക്കളെയും തഴുകി കടന്നു പോകുന്നു.

'താനേ തളർന്നു വീഴും വസന്തോത്സവങ്ങളിൽ എങ്ങോ കൊഴിഞ്ഞ കനവായ് സ്വയം ഞാനൊതുങ്ങിടാൻ' എന്നു ബിച്ചു തിരുമല എഴുതുന്നു. ജെറി അമൽദേവ് സംഗീതം കൊടുത്തിരിക്കുന്നു.

***

വീണ്ടും ചില്ലിലേക്ക് മടങ്ങി വന്നാൽ

'പോക്കുവെയിൽ പൊന്നുരുകി പുഴയിൽ വീണു പൂക്കളായ് അലകളിൽ ഒഴുകിപ്പോകെ' എന്നത് പോലെ പൂക്കളെല്ലാം മഴയിൽ ഒഴുകിപ്പോകുമ്പോൾ ആഷാഢമെത്തുകയായി. ജൂൺ 22 മുതൽ ജൂലൈ 22 വരെയാണ് ആഷാഢം. എത്ര മനോഹര ഗാനങ്ങളാണ് ആഷാഢത്തെക്കുറിച്ചുള്ളത്. ആദ്യം ഓർമ്മയിൽ വരുന്നത്

'ആഷാഢമാസം ആത്മാവിൽ മോഹം അനുരാഗമധുരമാം അന്തരീക്ഷം' എന്ന പാട്ട് തന്നെ. എ. ആർ. റഹ്മാന്റെ പിതാവ് ആർ. കെ. ശേഖർ സംഗീതം കൊടുത്തിരിക്കുന്നു. മങ്കൊമ്പ് ഗോപാലകൃഷ്ണൻ രചനയും. എന്നാൽ

പാട്ടോർക്കുമ്പോൾ ആദ്യം മനസ്സിലെത്തുന്നത് വാണി ജയറാമിന്റെ ശബ്ദമാണ്.

മറ്റൊരു പാട്ട് ശ്രീകുമാരൻ തമ്പി എഴുതി, ദേവരാജൻ മാസ്റ്റർ സംഗീതം കൊടുത്ത

'ആഷാഢം മയങ്ങി നിൻ മുകിൽവേണിയിൽ

ആകാശം തിളങ്ങി നിൻ നയനങ്ങളിൽ

രാഗം നിന്നധരത്തിൽ തപസ്സിരുന്നു

അനുരാഗമെൻ മനതാരിൽ തുടിച്ചുയർന്നു.' എന്ന പാട്ടാണ്. ആയിരക്കണക്കിന് പാട്ടുകളാണ് ശ്രീകുമാരൻ തമ്പി മലയാള സിനിമയ്ക്ക് വേണ്ടി എഴുതിയിട്ടുള്ളത്. ശ്രീകുമാരൻ തമ്പിയുടെ ചിന്തകൾ മറ്റാരേക്കാളും നമ്മുടെയൊക്കെ ജീവിതങ്ങളെ സ്വാധീനിച്ചിട്ടുമുണ്ട്. എങ്കിലുമത് സമ്മതിച്ചു കൊടുക്കാൻ നമ്മൾ എന്നെങ്കിലും തയ്യാറാവുമോ എന്നറിയില്ല.

എനിക്കേറ്റവും ഇഷ്ടപ്പെട്ട മഴപ്പാട്ട് മഴ എന്ന സിനിമയിലെ

'ആഷാഢം പാടുമ്പോൾ.. ആത്മാവിൻ രാഗങ്ങൾ..

ആനന്ദനൃത്തമാടുമ്പോൾ

വെള്ളാരം മുത്തുംകൊണ്ടാകാശം പ്രേമത്തിൻ

കൈക്കുമ്പിൾ നീട്ടുമ്പോൾ

മനസ്സിലും മൃദംഗമം..' ആണ്.

ഏറ്റവും മനോഹരമായ കുറച്ചു പാട്ടുകൾ മലയാളത്തിന് സമ്മാനിച്ച കെ. ജയകുമാർ എഴുതി രവീന്ദ്രൻ മാഷ് സംഗീതം കൊടുത്തിരിക്കുന്നു.

മഴയിൽ തുടങ്ങുന്ന കുറച്ചു നല്ല പാട്ടുകളും ഓർമ്മയിൽ വരുന്നു. താരതമ്യേന പുതിയ 'സ്പിരിറ്റ്' എന്ന ചിത്രത്തിലെ

'മഴകൊണ്ട് മാത്രം മുളയ്ക്കുന്ന വിത്തുകൾ

ചിലതുണ്ട് മണ്ണിൻ മനസ്സിൽ..

പ്രണയത്തിനാൽ മാത്രമെരിയുന്ന, ജീവന്റെ

തിരികളുണ്ടാത്മാവിനുള്ളിൽ..' എന്ന പാട്ട് ഒരുദാഹരണം.

റഫീക്ക് അഹമ്മദ് എഴുതി, ഷഹബാസ് അമൻ സംഗീതം കൊടുത്തിരിക്കുന്നു. വിജയ് യേശുദാസിന്റെ ശബ്ദവും ഓർമ്മയിൽ.

കഥ എന്ന സിനിമയിലെ

'മഴയുള്ള രാത്രിയിൽ, മനസ്സിന്റെ തൂവലിൽ

വിരൽ തൊട്ടുന്നർത്തുന്നതാരെ

അരികത്തിരുന്നൊരു പ്രിയമുള്ള പാട്ടായ്

പരിഭവം പകരുന്നതാരെ' മറ്റൊരു മഴപ്പാട്ട്.

ഗിരീഷ് പുത്തഞ്ചേരി എഴുതി, ഔസേപ്പച്ചൻ സംഗീതം കൊടുത്തിരിക്കുന്നു.

എന്നാൽ മഴയുടെ ഈണവും താളവും നൃത്തവും അനുഭവിപ്പിക്കുന്ന പാട്ട് സരിത എന്ന പഴയ സിനിമയിലേതാണ്.

'മഴ തുള്ളി തുള്ളി തുള്ളി നൃത്തമാടി വരും വാനിൽ

വർഷമേഘങ്ങൾ പീലി നീർത്തുന്നു

പ്രേമസംഗീതം പാടുന്നു എന്നിൽ നിന്നിൽ

മോഹം ചിലും..ചിലും..ചിലും..ചിലും...'

ശ്യാമിന്റെ സംഗീതം, സത്യൻ അന്തിക്കാട് രചനയും നിർവ്വഹിച്ചിരിക്കുന്നു.

***

ശകവർഷത്തിൽ ആഷാഢം കഴിഞ്ഞാൽ പിന്നെ ശ്രാവണമാണ്. അതായത് ഓണക്കാലം. ശ്രാവണം ആവണമായി, ആവണം ഓണമായി എന്നൊക്കെ പറയാറുണ്ട്. ശ്രാവണത്തെക്കുറിച്ചുള്ള ഏറ്റവും നല്ല പാട്ട് എഴുതിയത് ഒ.എൻ.വി. ആണ്.

'ശ്രാവണം വന്നൂ നിന്നെ തേടി

ശ്യാമയാം ഭൂമി തൻ ചന്ദ്രശാലാങ്കണം

ഋതുഗാനം മുളംതണ്ടിൽ മൂളി

എതിരേൽക്കും വനസന്ധ്യ പോൽ പോരൂ നീ'

അത്ഭുതം എന്നു തന്നെ പറയണം ഓണക്കാലത്തെക്കുറിച്ചുള്ള പ്രധാന പാട്ടുകളെല്ലാം സംഗീതം ചെയ്തത് ബംഗാളിയായ സലിൽദാ ആണ്. ഓണപ്പൂവേ പൂവേ.., പൂവിളി പൂവിളി പൊന്നോണമായി, ചാകര കടപ്പുറത്തിനി ഉത്സവമായി.. ഓണമായി പൊന്നോണമായി... മൂന്നുപാട്ടുകളും യഥാക്രമം ഒ.എൻ.വി. യും, ശ്രീകുമാരൻ തമ്പിയും, വയലാറും എഴുതിയിരിക്കുന്നു.

***

ശരത്കാലം നമ്മുടെ നാട്ടിൽ അത്ര ദൃശ്യമല്ലെങ്കിലും ഒന്നുരണ്ടു നല്ല പാട്ടുകളുണ്ട്.

'ശരദിന്ദു മലർദീപനാളം നീട്ടി സുരഭിലയാമങ്ങൾ ശ്രുതിമീട്ടി' വല്ലാത്തൊരു ഗൃഹാതുരത്വമുണ്ടാക്കുന്ന പാട്ട്, ചില്ലിലെ പാട്ടുകൾ തന്ന ഒ.എൻ.വി., എം. ബി. ശ്രീനിവാസൻ ടീമിന്റെ തന്നെയാണ്.

ദയ എന്ന സിനിമയിലെ ഒ.എൻ.വി. രചിച്ചു, വിശാൽ ഭരദ്വാജ് ഈണമിട്ട

'ശാരദേന്ദു നെയ്തു നെയ്തു നെയ്തു നിവർത്തി

നീലരാവിൽ ഈ നിലാവിൻ ചിത്രകംബളം

താരകപൂമ്പൊട്ടു കുത്തിയ രത്നകംബളം

ആരെയാരെയാരെ വരവേൽക്കുവാൻ' എന്ന പാട്ട് മറക്കാനാവാത്ത പാട്ടുകളിലൊന്നാണ്.

ശരത്കാലം കഴിയുന്നതോടെ ഹേമന്തം വരവായി. മഞ്ഞിൽ കുളിച്ച നിലാവുള്ള രാത്രികൾ എന്നും കവികൾക്ക് പ്രിയം തന്നെ.

***

ഹേമന്തത്തെക്കുറിച്ച് പറയുമ്പോൾ, പഴയ സിലോൺ റേഡിയോയിൽ കേട്ടിരുന്ന

'സീമന്തരേഖയിൽ ചന്ദനം ചാർത്തിയ

ഹേമന്തനീല നിശീഥിനി

മാനസദേവന്റെ ചുംബനപ്പൂക്കളോ

സ്വേരവതീ നിന്റെ ചൊടിയിണയിൽ ചൊടിയിണയിൽ' എന്ന പാട്ടാണ് ആദ്യം ഓർമയിൽ വരുന്നത്. ഭരണിക്കാവ് ശിവകുമാർ എഴുതി, എം. കെ. അർജ്ജുനൻ സംഗീതം കൊടുത്തിരിക്കുന്നു. ഇതിലും വാണി ജയറാമിന്റെ ശബ്ദമാണ് ആദ്യം ഓർമയിൽ എത്തുന്നത്.

ഭരണിക്കാവ് ശിവകുമാർ, എം. കെ. അർജ്ജുനൻ ടീമിന്റെ, സിലോൺ റേഡിയോയിൽ കേട്ടിരുന്ന മറ്റൊരു പാട്ടാണ്

'സുമംഗലാതിര രാത്രി ഇന്ന് സോപാന സംഗീതരാത്രി
സ്വപ്നങ്ങൾ സ്വർണ്ണച്ചൂഢാമണി ചൂടും സ്വർഗീയസുന്ദരരാത്രി.'
ധനുമാസരാവുകളെ ഓർമ്മിപ്പിക്കുന്ന പാട്ടുകളിൽ ഉൾപ്പെടുന്ന പാട്ടാണിത്.

'ഈ കുളിർ നിശീഥിനിയിൽ ഉറങ്ങിയോ ഓമനത്തിങ്കളേ

ഹേമന്തരാവിൻ മണിയറയിൽ

ഈ ഹേമന്തരാവിൻ മണിയറയിൽ

ഇന്നെന്റെ ആദ്യരാത്രി അല്ലേ' മറ്റൊരു പാട്ട്.

ഉണ്ണി മേനോനും, എസ്. ജാനകിയും പാടി മനോഹരമാക്കിയ പാട്ട് ഷിബു ചക്രവർത്തി എഴുതി, രഘുകുമാർ സംഗീതം കൊടുത്തിരിക്കുന്നു.

പഴയ പാട്ടുകളെക്കാൾ മനോഹരമാണ് അടുത്ത കാലത്തിറങ്ങിയ 'കോഹിനൂർ എന്ന സിനിമയിലെ ഹരിനാരായണൻ രചിച്ച്, രാഹുൽരാജ് സംഗീതം നല്കിയ

'ഹേമന്തമെൻ കൈക്കുമ്പിളിൽ തൂവും നിലാപ്പൂവ് നീ

പൂങ്കാറ്റുപോൽ നിന്നുള്ളിലെ പൂഞ്ചില്ല തേടുന്നു ഞാനിതാ

കിളി പാടുന്ന പാട്ടെന്റെ കാതിൽ കളിയോതുന്ന നിൻ വാക്ക് പോലെ അതിലോലം അനുരാഗം തേന്മാരിയായ്..' എന്ന പാട്ട്. വിജയ് യേശുദാസിന്റെ മനോഹരശബ്ദവും ഓർമ്മയിൽ.

***

ഹേമന്തം കഴിഞ്ഞാൽ ശിശിരം വരവായി. മിക്കവാറും സ്ഥലങ്ങളിൽ നല്ല തണുപ്പുള്ള സമയമാണെങ്കിലും കേരളത്തിൽ ജനുവരി കഴിഞ്ഞാൽ പിന്നെ ചൂട് തുടങ്ങും. ശിശിരത്തെക്കുറിച്ച് ആദ്യം ഓർമ്മ വരുന്ന പാട്ട് ദേവരാഗത്തിലെ എം. ഡി. രാജേന്ദ്രൻ എഴുതി, എം. എം. കീരവാണി ഈണമിട്ട

'ശിശിരകാല മേഘമിഥുന രതിപരാഗമോ അതോ ദേവരാഗമോ കുളിരിൽ മുങ്ങുമാത്മദാഹ മൃദുവികാരമോ അതോ ദേവരാഗമോ ഇന്ദ്രിയങ്ങളിൽ ശൈത്യനീലിമ....' എന്ന പാട്ടാണ്.

പിന്നെ 'പൂങ്കാറ്റിനോടും കിളികളോടും കഥകൾ ചൊല്ലി നീ' എന്ന ഹിറ്റ് പാട്ടിൽ ഗ്രീഷ്മത്തെയും, വസന്തത്തെയും കുറിച്ച് പറയുന്നത് പോലെ ശിശിരത്തെക്കുറിച്ചും പറയുന്നു.

'കുളിരിന്റെ കുമ്പിളിൽ കിനിയും മരന്ദമായ്

ഊറി വന്ന ശിശിരം നമ്മൾ' എന്നു ബിച്ചു തിരുമല എഴുതുന്നു. ഇളയരാജ സംഗീതം കൊടുത്തിരിക്കുന്നു.

ശകവർഷത്തിൽ ജനുവരി 21 മുതൽ ഫെബ്രുവരി 19 വരെയുള്ള മാസമാണ് മാഘമാസം. മാഘമാസത്തിൽ തുടങ്ങുന്നതും, അല്ലെങ്കിൽ പരാമർശിക്കുന്നതുമായ കുറച്ചു പാട്ടുകളെങ്കിലും മലയാളത്തിൽ ഉണ്ട്.

'മാഘമാസം മല്ലികപ്പൂ കോർക്കും കാവിൽ

മേഘമാകും തിരശ്ശീല നീങ്ങും രാവിൽ

അഷ്ടപദീ ഗാനങ്ങൾ അലയിളകീ

അനുരാഗം ഈണത്തിൽ വീണമീട്ടി..' ഒരുദാഹരണം. ശരത് വയലാറിന്റെ രചനയ്ക്ക് ദേവരാജൻ മാസ്റ്റർ ഈണം നല്കിയിരിക്കുന്നു.

ഇപ്പോൾ ഈ വൈശാഖമാസത്തിന്റെ അഥവാ മെയ്മാസത്തിന്റെ അവസാനത്തിൽ അല്പം നേരത്തെ വന്ന ഇടവപ്പാതിയെന്നു ചിലരും, ക്ലൈമറ്റ് ചേഞ്ചിന്റെ ഭീതിപ്പെടുത്തുന്ന അവസ്ഥകളുടെ തുടക്കമെന്ന് മറ്റ് ചിലരും ആരോപിക്കുന്ന മഴയെക്കുറിച്ച് ആലോചിച്ച് ഗൾഫിലെ പൊള്ളുന്ന ചൂടിലേക്ക് നോക്കിയിരിക്കുമ്പോൾ ഒരു പാട്ട് വെറുതെ മൂളിപ്പോകുന്നു. ഗിരീഷ് പുത്തഞ്ചേരിയുടെയും, രവീന്ദ്രൻ മാഷിന്റെയും ഗാനം.

'മനസ്സിൻ മണിച്ചിമിഴിൽ പനിനീർ തുള്ളിപോൽ വെറുതെ പെയ്തു നിറയും രാത്രിമഴയായ് ഓർമ്മകൾ.'

14. സന്ധ്യാരാഗങ്ങൾ

പകലിനേക്കാൾ രാത്രിയെ ഇഷ്ടപ്പെടുന്നത് കൊണ്ടായിരിക്കും പ്രഭാതത്തിനേക്കാൾ സന്ധ്യയോടായിരുന്നു എന്നും പ്രിയം. രണ്ടു സന്ധ്യകളുണ്ട് എന്ന് കൊച്ചു ക്ലാസ്സുകളിൽ പഠിച്ചിട്ടുണ്ട്. പ്രഭാതസന്ധ്യ അഥവാ ഉഷ:സന്ധ്യയും പിന്നെ പ്രദോഷസന്ധ്യയും. അതായത് പകലും രാത്രിയും ഇടകലരുന്ന സമയങ്ങൾ. എങ്കിലും സന്ധ്യ എന്നതുകൊണ്ട് സാധാരണ ഉദ്ദേശിക്കുന്നത് സൂര്യനസ്തമിക്കുന്ന സമയമാണ്. പുറത്തുപോയി വന്നിട്ടാണെങ്കിലും, വീട്ടിലിരുന്ന് വീട്ടുജോലികൾ ഒതുക്കിയിട്ടാണെങ്കിലും അപൂർവം അവസരങ്ങളിലൊഴികെ സന്ധ്യാകാഴ്ചകൾ മനോഹരങ്ങളായിരുന്നു. എന്നാൽ വാർദ്ധക്യത്തിന് മുൻപുള്ള മദ്ധ്യവയസ്സ് മനോഹരമായ അവസ്ഥയാക്കാൻ നമുക്കൊക്കെ കഴിയുമോ? ചിലപ്പോൾ യൌവ്വനത്തേക്കാൾ നല്ലതായിരിക്കും മദ്ധ്യവയസ്സ്. കടന്നുപോകുന്ന സമയങ്ങളൊക്കെ മനോഹരമാണെന്നും, മനോഹരമാക്കണമെന്നും ചിന്തിച്ചുറപ്പിക്കണമെന്ന് മാത്രം.

"എല്ലാം നമ്മുടെ മനസ്സ് പോലെയിരിക്കും" എന്ന് ഞാൻ വളരെ വിഷമിച്ചിരുന്ന ഒരു സമയത്ത് വീട്ടിൽ സഹായിയായി നിന്നിരുന്ന സ്ത്രീ പറഞ്ഞിരുന്നു. വിദ്യാഭ്യാസമോ, പണമോ കഴിവോ ഒന്നുമായിരിക്കിയില്ല വാർദ്ധക്യത്തിൽ നമുക്ക് തുണയാവുന്നത് എന്ന് അന്ന് മുതൽ എനിക്ക് തോന്നിത്തുടങ്ങി. അനാവശ്യമായ വാശികൾ, സ്വന്തം കുട്ടികൾക്കിടയിൽ നമ്മൾ കാണിക്കുന്ന വേർത്തിരിവുകൾ, പോസിറ്റീവ് അല്ലാത്ത ചിന്തകൾ ഇവയൊക്കെ വാർദ്ധക്യത്തെ വേഗം വിളിച്ചു വരുത്തുകയും വഷളാക്കുകയും ചെയ്യുന്ന കാര്യങ്ങളാണ്. ഋതുഭേദകല്പനകൾ എന്നൊരു ലേഖനം എഴുതാനായി യൂട്യൂബിൽ പാട്ടുകൾ തിരഞ്ഞപ്പോഴെല്ലാം

സന്ധ്യകളെക്കുറിച്ചുള്ള മനോഹരങ്ങളായ ഗാനങ്ങളും കയറിവരുമായിരുന്നു. എല്ലാം ഹൃദയത്തോട് ചേർന്ന് നിൽക്കുന്നവ. ഒ.എൻ.വി. ആയിരുന്നു മിക്കവാറും എല്ലാ പാട്ടുകളും എഴുതിയിട്ടുള്ളത്. അക്കാലത്ത് ശ്യാം എന്ന സംഗീത സംവിധായകനും നല്ല ഗാനങ്ങൾ ഉണ്ടാക്കിയിരുന്നു. സ്കൂൾ കാലത്ത് ഏറ്റവുമിഷ്ടപ്പെട്ട പാട്ടിതായിരുന്നു

'തൊഴുതുമടങ്ങും സന്ധ്യയുമേതോ

വീഥിയിൽ മറയുന്നു..

ഈറന്മുടിയിൽ നിന്നിറ്റിറ്റു വീഴും

നീർമണി തീർത്ഥമായ്...

കറുകപ്പൂവിന് തീർത്ഥമായി'

ബോഗൻവില്ല പൂക്കൾക്കപ്പുറം സ്വർണ്ണസന്ധ്യകളും, ചുവന്നസന്ധ്യകളും മായുന്നത് വരെ നോക്കിയിരുന്നു ഹോംവർക്കുകൾ ചെയ്തുതീർക്കും. അക്കാലത്ത് സന്ധ്യകളെ മദ്ധ്യവയസ്സുമായോ, വാർദ്ധക്യവുമായോ ഒന്നും ബന്ധപ്പെടുത്തിയിരുന്നില്ല. 'സന്ധ്യയ്ക്ക് വിരിഞ്ഞ പൂവ്' എന്നൊരു സിനിമ കണ്ടത് ഒഴിച്ച് നിർത്തിയാൽ. കോളേജിൽ വച്ച് റീന എന്നൊരു കൂട്ടുകാരി തൊഴുതുമടങ്ങും എന്ന പാട്ട് ഇടയ്ക്കൊക്കെ എന്നോടു പാടാൻ പറയുമായിരുന്നു. കോളേജിലെത്തിയപ്പോൾ എന്തൊക്കെയോ ദു:ഖങ്ങൾക്ക് കൂട്ടായി ഒ.എൻ.വി., എം. ബി. ശ്രീനിവാസൻ ടീമിന്റെ

'നിറങ്ങൾ തൻ നൃത്തം ഒഴിഞ്ഞോരീ മണ്ണിൽ

മറഞ്ഞ സന്ധ്യകൾ പുനർജ്ജനിക്കുമോ

മറഞ്ഞ പക്ഷികൾ ഇനിയുമെത്തുമോ'

എന്ന പാട്ട് കൂടെക്കൂടി. പ്രതീക്ഷിച്ചതിനും മീതെയായിരുന്നു പാട്ട് സമ്മാനിച്ച നിരാശ എന്ന് മാത്രം.

പിന്നീടൊരു നോവലെഴുതാൻ തുടങ്ങിയ സമയത്ത് എന്നും വൈകുന്നേരം ഒരു സീരിയലിലെ ഗാനം കേൾക്കുമായിരുന്നു. റിമോട്ട് എന്റെ കയ്യിലല്ലാത്തത് കൊണ്ട് കേൾക്കേണ്ടി വരുന്ന ഗാനങ്ങളിലൊന്നായി തള്ളിക്കളയാൻ ശ്രമിച്ചെങ്കിലും വരികളും ഈണവും വേട്ടയാടുക തന്നെയായിരുന്നു. രചനയും, സംവിധാനവും ശ്രീകുമാരൻ തമ്പി. സീരിയലും ആളുടെ തന്നെ. പിന്നീട് ഞാൻ സീരിയലും കണ്ടു, പാട്ടിന്റെ കാസ്സറ്റും വാങ്ങി. പാട്ടിങ്ങനെ ആയിരുന്നു.

'സായംസന്ധ്യയായിരുന്നു

സരോവരം മലർ ചൂടിനിന്നു

പൊക്കുവെയിലിൻ അന്ത്യരേഖയും

പ്രഥമചന്ദ്രികാ പ്രഥമലേഖവും

അലകളിൽ ഒളിചാർത്തി

ഒന്നായ് തിരകളിലലിഞ്ഞാടി..'

അക്കാലത്ത് തന്നെ മനസ്സിൽ ചേക്കേറിയ പഴയൊരു പാട്ടായിരുന്നു

'പ്രണയസരോവര തീരം പണ്ടൊരു പ്രദോഷസന്ധ്യാ നേരം

പ്രകാശ വലയമണിഞ്ഞൊരു സുന്ദരി

പ്രസാദ പുഷ്പമായി വിടർന്നു

എന്റെ വികാര മണ്ഡലത്തിൽ പടർന്നു' ബിച്ചു തിരുമല രചനയും, ദേവരാജൻ സംഗീതവും നിർവഹിച്ചിരിക്കുന്നു. ഒരിക്കൽ ബർസാനയിൽ

കൃഷ്ണനും രാധയും ഒന്നിച്ചിരിക്കുമ്പോൾ കൃഷ്ണൻ തന്നെ വിട്ടു പോയി എന്നു തെറ്റിദ്ധരിച്ച് രാധ കരയാൻ തുടങ്ങി. അത് കണ്ടു കൃഷ്ണനും, പിന്നീട് ഗോപികമാരും കരയാൻ തുടങ്ങി. ആ കണ്ണുനീരാണ് പ്രണയസരോവരം എന്നു വായിച്ചിട്ടുണ്ട്. പിന്നീട് കൃഷ്ണൻ പോയപ്പോൾ രാധ വൈകുന്നേരങ്ങളിൽ പ്രണയസരോവരത്തിൽ നോക്കുമ്പോൾ കൃഷ്ണന്റെ അനുഗ്രഹത്താൽ സ്വന്തം പ്രതിബിംബം കൃഷ്ണനായി കാണുമായിരുന്നത്രേ.

രോഗിയായ ഭാര്യയുടെ കണ്ണ് വെട്ടിച്ച്, കാമുകിയുടെ കൂടെ പാടുന്ന മറ്റൊരു സന്ധ്യാഗാനമാണ്

'സന്ധ്യ തൻ അമ്പലത്തിൽ

കുങ്കുമപ്പൂ തറയിൽ

ചന്ദന കാപ്പു ചാർത്തി

അമ്പിളി, ദേവിയായി താരകൾ ആരതിയായി' സന്ദർഭം എന്തായാലും, മനോഹരമാണ് ശ്യാം സംഗീതം കൊടുത്ത ഈ ഗാനം. നമ്മൾ വിധിയോട് പരിഭവിക്കുന്നതും, കൂടുതൽ നല്ലത് തേടി പോകുന്നതും കിട്ടിയ നന്മകൾ മനസ്സിലാക്കാനുള്ള കഴിവുകേട് കൊണ്ട് തന്നെയാണ്. ജീവിതത്തിൽ കിട്ടുന്നതൊക്കെ നമുക്ക് വേണ്ടത് തന്നെ ആവും. അത് മനസ്സിലാക്കാതെ നമ്മുടെയും , കൂടെയുള്ളവരുടെയും ജീവിതം കലുഷിതമാക്കാനാവും നമ്മൾ ശ്രമിക്കുന്നത്. പ്രായമായി തിരിഞ്ഞു നോക്കുമ്പോൾ നമ്മൾ തന്നെ അത്ഭുതപ്പെടും എത്ര ബാലിശമായിരുന്നു നമ്മുടെ തീരുമാനങ്ങൾ എന്ന്. പക്ഷേ അത്തരം ബാലിശമായ തീരുമാനങ്ങൾ തന്നെയല്ലേ ജീവിതത്തെ ഇത്രമേൽ വ്യത്യസ്തവും വർണ്ണപ്പകിട്ടുള്ളതുമാക്കുന്നത് എന്നും അന്തിച്ചുവപ്പിലേക്ക് നോക്കിയിരിക്കുമ്പോൾ തോന്നുന്നു. മനുഷ്യജീവിതം മോഹങ്ങളുടെ മായയിൽ മുങ്ങിത്താഴുമ്പോഴും ഈശ്വരനെ

അറിയുന്നവർക്ക്, തങ്ങളെടുത്ത തീരുമാനങ്ങൾക്ക് കൂട്ടായി, എപ്പോഴും ഈശ്വരനുണ്ടാവും. കൊച്ചു കൊച്ചു സന്തോഷങ്ങളും, കയ്യിലിരിപ്പിനനുസരിച്ച് ഇടയ്ക്കിടെ കൊച്ചു കൊച്ചു പണികളും തന്നുകൊണ്ട്.

'സന്ധ്യേ കണ്ണീരിതെന്തേ സന്ധ്യേ

സ്നേഹമയി കേഴുകയാണോ നീയും

നിൻ മുഖം പോൽ നൊമ്പരം പോൽ

നില്പൂ രജനിഗന്ധി..'.

സന്ധ്യാഗാനങ്ങളിൽ ഏറ്റവും മനോഹരമായതും, എനിക്കിഷ്ടപ്പെട്ടതുമായ പാട്ടാണിത്. ഒ. എൻ. വി.യും സലിൽദായും ചേരുന്ന മറ്റൊരു ഗാനം. അകാലമരണം വിധിക്കപ്പെട്ട നായിക, ദു:ഖിതയായി പാടുന്ന പാട്ടാണിത്. അകാലത്തിലായാലും, കാലത്തിലായാലും മരണം സാധാരണ ഗതിയിൽ സ്വീകരിക്കാൻ വിഷമമുള്ള കാര്യം തന്നെ. സ്വീകരിക്കാതെ വരുമ്പോൾ വിധി സഹിക്കാനാവാത്ത വേദനകൾ തരികയും, മതി എന്ന് പറയിപ്പിക്കുകയും ചെയ്യും. 'അന്തർദാഹസംഗീതമായ് സന്ധ്യാപുഷ്പസൌരഭമായ്' ഒ. എൻ. വി.യും സലിൽദായും ഏത് ദു:ഖത്തിലും കൂട്ടിനെത്തുന്നതിൽ സന്തോഷം.

ഫേസ്ബുക്കിൽ പലപ്പോഴും, മദ്ധ്യവയസ്സിലും വാർദ്ധക്യത്തിലുമെത്തിയവർ പലപല അടിക്കുറിപ്പുകളോട് കൂടി ഇടാറുള്ള ഒരു ഗാനം ഓർമ്മയിലെത്തുന്നു.

'സായന്തനം നിഴൽ വീശിയില്ല

ശ്രാവണപ്പൂക്കളുറങ്ങിയില്ല

പൊയ്പ്പോയ നാളിൻ മയിൽപ്പീലി മിഴികളിൽ

നീലാഞ്ജനദ്യുതി മങ്ങിയില്ല'

കെ. ജയകുമാറിന്റെ വരികളും, ജോൺസൺ മാഷും.

സന്തോഷവാർത്ത എന്ന് പറഞ്ഞ് എന്റെ ഒരു കൂട്ടുകാരി കുറച്ചു വർഷങ്ങൾക്ക് മുൻപ് വാട്സാപ്പിൽ ഈ പാട്ടിനൊപ്പം 'അറിഞ്ഞില്ലേ മദ്ധ്യവയസ്സ് അറുപത്തിരണ്ടു വരെ ആക്കിയിരിക്കുന്നു' എന്നൊരു മെസ്സേജ് അയച്ചിരുന്നു.

അന്തിച്ചുവപ്പിലേക്ക് നോക്കിയിരിക്കുമ്പോൾ വെറുതെ ഒന്ന് കണ്ണടയ്ക്കുമ്പോഴേക്കും ഇരുട്ടാവുന്നതും, പെട്ടെന്ന് വഴിവിളക്കുകൾ കണ്ണ് തുറക്കുന്നതും ഞാൻ സാധാരണ കാണുന്നതും അനുഭവിക്കുന്നതും ആണ്. പ്രവാസ ജീവിതവും സമാനമാണ് എന്ന് ഞാൻ ഓർക്കാറുണ്ട്. എത്ര കഷ്ടപ്പാട് സഹിച്ചാണെങ്കിലും ജോലി തുടരും, പറ്റുന്നത് വരെ. ഒടുവിൽ അന്യരാജ്യങ്ങളിൽ എല്ലാം ഉപേക്ഷിച്ച് സ്വന്തനാട്ടിൽ തിരികെ എത്തും. കണ്ണടച്ച് തുറക്കുന്ന വേഗത്തിൽ പ്രവാസം കഴിഞ്ഞത് പോലെ തോന്നും. കുട്ടികൾക്കാവട്ടെ നമ്മുടെ സ്വപ്നങ്ങളൊന്നും സ്വപ്നങ്ങളേ ആയിരിക്കുകയുമില്ല. അവരും പുതിയ മേച്ചിൽപ്പുറങ്ങൾ തേടിപ്പോയിക്കഴിയുമ്പോൾ എല്ലാം നല്ലതിനായിരുന്നു എന്ന് തോന്നുകയും ചെയ്യേണ്ടി വരുന്നു.

ഏറ്റവും വേദനയുള്ള ഒരു രോഗത്തിന്റെ പിടിയിലായിരുന്നപ്പോഴും എന്റെ പപ്പ അവസാന ദിവസം വരെയും ചിരിക്കുകയും, മരിക്കുന്നതിന് ഒരു മാസം മുൻപ് വരെ കറന്റ് ചാർജ്ജ് അടച്ചോ, രാത്രിയിൽ വാതിലുകളൊക്കെ അടച്ചോ തുടങ്ങി എല്ലാ കാര്യങ്ങളും അന്വേഷിക്കുകയും അഭിപ്രായങ്ങൾ പറയുകയും ചെയ്യുമായിരുന്നു.

പിന്നീട് പതിയെ പതിയെ മിണ്ടാതായി. വേദനകൾ പോലും മാറി നിന്ന പപ്പയുടെ ജീവിതമാണ് ഞാൻ കണ്ടതിൽ വച്ച് ഏറ്റവും പോസിറ്റീവ് ആയിരുന്നത്.

കോളേജിൽ പഠിച്ചിരുന്നപ്പോൾ ഒരിക്കൽ ഞാനൊരു കമ്മൽ വേണമെന്ന് വാശി പിടിച്ചിരുന്ന സമയത്ത് പപ്പ, റേഡിയോയിൽ

'സന്ധ്യയ്ക്കെന്തിനു സിന്ദൂരം

ചന്ദ്രികയ്ക്കെന്തിനു വൈഢൂര്യം

കാട്ടാറിനെന്തിനു പാദസരം

എൻ കണ്മണിക്കെന്തിനാഭരണം' എന്ന പാട്ട് കേൾപ്പിച്ചു ചിരിപ്പിക്കുമായിരുന്നു.

മരിച്ചവർ നക്ഷത്രങ്ങളായി മാറും എന്നതൊരു വെറും കല്പനയാണെന്ന് കരുതിയിരുന്ന ഒരു കാലം ഉണ്ടായിരുന്നു. പക്ഷേ, ഇന്നറിയാം നമ്മുടെ ശരീരം മണ്ണിലേക്ക് മടങ്ങുന്നു എന്നും, അതിനുമപ്പുറം ഈ മണ്ണ് എന്നത് ഏതോ നക്ഷത്രത്തിന്റെ സ്ഫോടനത്തിൽ നിന്നെത്തിയ പൊടികളാണ് എന്നും, അനന്തമായ കാലത്തിലേവിടെയോ വച്ച് വീണ്ടും പൊടിയായി പ്രപഞ്ചത്തിലേക്ക് ലയിക്കുമെന്നും, വീണ്ടും നക്ഷത്രങ്ങളുടെ ഭാഗമാവുമെന്നും, ആത്മാവ് ജീവിച്ചിരിക്കുന്ന എതോ ഗ്രഹത്തിലേക്ക് നോക്കിനില്ക്കുമെന്നും. സന്ധ്യാതാരമെന്നോ, സാന്ധ്യനക്ഷത്രമെന്നോ വിളിക്കാവുന്ന ഒരു നക്ഷത്രം ഇപ്പോഴുമെന്നെ നോക്കി നിൽക്കുകകയുമാണ്.

----

www.ingramcontent.com/pod-product-compliance
Lightning Source LLC
LaVergne TN
LVHW060300051026
849517LV00003B/892
* 9 7 9 8 2 1 5 3 7 8 9 5 3 *